ధ్యానంలో నా అనుభవాలు

(ధీ+యానం)

సరస్వతీ.

BlueRoseONE.com
Stories Matter
NewDelhi • London

BLUEROSE PUBLISHERS
India | U.K.

Copyright © Saraswathee 2023

All rights reserved by author. No part of this publication may be reproduced, stored in a retrieval system or transmitted in any form or by any means, electronic, mechanical, photocopying, recording or otherwise, without the prior permission of the author. Although every precaution has been taken to verify the accuracy of the information contained herein, the publisher assumes no responsibility for any errors or omissions. No liability is assumed for damages that may result from the use of information contained within.

BlueRose Publishers takes no responsibility for any damages, losses, or liabilities that may arise from the use or misuse of the information, products, or services provided in this publication.

For permissions requests or inquiries regarding this publication, please contact:

BLUEROSE PUBLISHERS
www.BlueRoseONE.com
info@bluerosepublishers.com
+91 8882 898 898
+4407342408967

ISBN: 978-93-5819-193-6

Cover design: Muskan Sachdeva
Typesetting: Pooja Sharma

First Edition: August 2023

వివరణ : ఇందులో వెలిబుచ్చిన అభిప్రాయాలు, అనుభవాలు కేవలం నా వ్యక్తిగతం. వాటికి నేనే బాధ్యురాలిని.

ముందుమాట.

తార్కిక మేధస్సు కలవారికి మిస్టిసిజం అర్థం కాదు. చాలామంది ముముక్షువులు అలాంటి అనుభూతులన్నీ అసంబద్ధం అని అనుకుంటారు. మరి కొంతమంది భక్తులు గొప్ప సాధువులకు వచ్చిన అనుభవాలు వారికి కూడా వస్తే బాగుండును అనుకుంటారు.మార్మిక ఆధ్యాత్మిక భావనా ప్రసారం ఇద్దరు సాధనా నిష్ణాతులైన వారి మధ్య జరిగినప్పుడు లేదా స్వయంగా ఒక గురువు, ఒక ముముక్షువు యొక్క ఆధ్యాత్మిక ప్రగతికి బాధ్యత తీసుకున్నప్పుడు 'సంధ్యా భాష' ని మామూలుగా ఎంచుకుంటారు. దాంట్లో వినిపించే పదాలు పైకి అర్థం కానట్టుగా కనిపించినా, తికమకగా ఉన్నా(ఉదాహరణ: ఈరోజు చంద్రుడు సూర్యుణ్ణి వివాహం చేసుకోవాలి అని సందేశం వస్తే) దాని గూఢార్థం వారిద్దరికే తెలుస్తుంది. శిష్యుడికి తెలిసేట్టుగా చేస్తాడు గురువు. అలాంటి ఆధ్యాత్మిక మార్గదర్శనం, అందులో దీక్షగా ప్రయత్నం చేస్తున్న సాధకుడికి గొప్ప అనుభవంగా మిగులుతుంది.ఇలా భాషను ఉపయోగించుకోవడం అనేది మామూలుగా సూఫీలు, బౌల్స్ (బెంగాల్లో ఆధ్యాత్మిక పాటలతో దివ్య ప్రేమను ప్రతిపాదించేవారు) తంత్రంలో, శైవము లో, ఇండియా అంతా వ్యాపించిన సిద్ధులలో, ఎవరి సంస్కృతి ఆధారంగా వారికే ప్రత్యేకమైన భాష , పదాలతో వ్యవహారంలో వుంది.

అలాగే వేద భాష కూడా ఉంది. అది ఎంతో విస్తృతమైన ఊహకి , సంజ్ఞలకు, రూపకాలు కి తెరతీస్తుంది.. పాశ్చాత్య దేశాలకు తెలియని ఈ గుప్త భాషను గొప్ప గొప్ప అంతర్దృష్టి గల శ్రీ అరబిందో లాంటివారు వెలికి తీశారు. ఏదో ఒక ప్రత్యేక సంస్కృతికి చెందిన సాధనల ద్వారా మాత్రమే ప్రాచీనమైన ఆధ్యాత్మిక జ్ఞానాన్ని, అంతరావబోధన లేదా సహజావ బోధన (ఇన్ ట్యూషన్) ద్వారా పొందగలిగారు. ఆ సంస్కృతి తెలిసిన వారే వాటి ప్రాముఖ్యాన్ని, సందర్భాన్ని బట్టి అర్థం చేసుకోగలుగుతారు. శ్రీ అరబిందో గారి 'సావిత్రి 'అన్న పుస్తకంలో శ్రీవిద్య తంత్రాన్ని ఆధారం చేసుకుని సాధకుడు నవావరణలు దాటి చివరకు బిందువు చేరినప్పుడు జరిగే అనుభవాన్ని వర్ణించారు.

సుషుప్తి సమాధి ని స్పృశించే చోట,అంతరావబోధన నిశ్శబ్ద నిరీక్షణకు మేలుకొలుపుగా, మునుపెన్నడూ వినని సద్వస్తువు స్వరాన్ని విన్నాడు. వాక్కు యొక్క జన్మస్థానాన్ని తెలుసుకొని, సహజావబోధన అనే సూర్యుడి కిరణాలలో జీవించాడు.

"కానీ ఈ తర్వాత పేజీలలో చెప్పినట్టుగా అనుభవంలో అయినప్పటికీ ,అన్నీ పూర్తిగా అర్థం అయినట్లుగా, చేసుకునేట్లుగా లేవు. ఇలాంటి అనుభవాలు కోరకుండానే వస్తాయి. ఏదో ఒక ఆధ్యాత్మిక సాధన ఇలాంటి అనుభవాలకి, ఇలాంటి బోధనా వరదకు ద్వారాలు తెరిచినట్టుగా అనిపిస్తుంది. కొన్ని పూర్వజన్మల అనుభవాల మీద కూడా ఆధారపడి ఉండొచ్చు. భక్తిగల సాధకుడు వాటిని ఒక ఆశీర్వాదంగా భావిస్తాడు.

అనంత లోకాల నుంచి వచ్చే ఇలాంటి మార్గదర్శకత సామాన్యంగా అందరికీ అర్థమయ్యేట్టుగా ఉండదు. ఎక్కడి నుంచి వచ్చిందో కూడా చాలాసార్లు గుప్తంగానే ఉంటుంది.

దయాపూరితమైన ఆ స్త్రీ గొంతు చాలాసార్లు దివ్య జనని యొక్క ఒక రూపంగా (ఇష్టదేవత)అనుకోవటం జరుగుతుంది. ఒక్కోసారి అది పూర్వజన్మల గురువు కూడా కావచ్చు. అది సంస్కృతంలోను ఉండొచ్చు లేదా ప్రాంతీయ భాషలోనూ ఉండొచ్చు. అప్పుడప్పుడు అది ఇంకొక భాషతో కూడా కలిసి ఉండొచ్చు. భాష అర్థం కాకపోవడానికి కారణం అది ఎంతో పురాతనమైనది కావచ్చు. మనకి తెలియని లోకాలనుంచి కావచ్చు. దానిని ఇలా పోల్చవచ్చు. కాంతి ఒక మాధ్యమం నుంచి మరొక మాధ్యమం కి పరావర్తనం చెందినప్పుడు ఆ కాంతి పుంజం మాధ్యమం అంచు దగ్గర ఒంగినట్టుగా కనిపిస్తుంది. ఇలాంటి భాషల మీద ఎంతో పరిశోధన చేయడానికి ప్రయత్నించారు. కానీ పూర్తిగా అది ఫలవంతం కాలేదు. ఎందుకంటే అది చాలాసార్లు వ్యక్తిగతంగా కూడా ఉండొచ్చు. ఆ సాధకుని జీవితంలో కొన్ని సంఘటనలకు సంబంధించి సాధకుడికి మాత్రమే తెలిసేట్లుగా ఉండొచ్చు. అందుకని అవి అందరికీ సరిపోయినంత ఆధారాన్ని ఇవ్వవు. అర్థం చేసుకోవాలంటే ఆ చెప్పిన తీరును బట్టి ,ఆ పదాలను నొక్కి పలికిన పద్ధతిని బట్టి కేవలం సాధకుడికే అది అర్థం కావచ్చు. చాలా బాగా అర్థం కాకపోయినా, వెంటనే అర్థం కాకపోయినా, కొన్ని రోజులు, నెలలు లేదా కొన్ని సంవత్సరాల తర్వాత కూడా అర్థం కావచ్చు. కాబట్టి మనం బలవంతంగా దానికి అర్థం చెప్పటం వల్ల సాధకుడికి తృప్తి ఇవ్వదు.

మార్మిక అనుభవాలు —--విజ్ఞాన శాస్త్రం.

ఈ పుస్తకంలో వ్రాయబడిన అసాధారణమైన అనుభవాలు సాంప్రదాయ విజ్ఞాన శాస్త్రానికి అనేక సవాళ్లను విసురుతుంది.ఇలాంటి అనుభవాలు,సహజాతీత భావనలు పాశ్చాత్య పద్ధతుల్లో అన్వేషించే విజ్ఞాన శాస్త్రానికి అర్థం కావు.సామాన్య స్పృహ స్థితి నుండి మనోధర్మ స్థితికి

మారుతున్న సమయంలో మెదడు లో జరిగే పరిణామాలు, రక్తప్రసరణ, ప్రాణవాయువు కొలతలు మొదలగునవి మరియు ఆధునిక వైద్య పరికరాలైన ఎం.ఆర్.ఐ.లతో ప్రయోగాలు చేసినా అవి చైతన్యం, ఆధ్యాత్మిక అవగాహనా స్థితిని అంచనా వేయలేవు. ఈ స్థితిలో జరిగే మార్పులను కనుగొనటానికి ఇంకా విజ్ఞాన శాస్త్రం అంత వృద్ధి చెందలేదు.

ఈ పుస్తకంలోని మార్మిక అతీంద్రియ అనుభూతులు చాలా ఆసక్తికరంగా ఉన్నా ,వాక్య నిర్మాణం ప్రస్తుత భాషలకు సరిపోక, అందరికీ అర్థం కాకపోవచ్చు.

అచేతనా స్థితిలో నుండి కాకుండా, గత జన్మలలోని ఆధ్యాత్మిక మార్గదర్శకుల నుండి కూడా కావచ్చు. ఎందుకంటే పరమహంస యోగానంద గారు 'గాడ్ టాక్స్ విత్ అర్జున' అనే తన భగవద్గీత వ్యాఖ్యానంలో చెప్పినట్టు, ఒకరికి తన మనస్సాక్షి నిశ్శబ్దంగా గుసగుసలాడుతూ సలహా ఇచ్చినట్లు, **ఆత్మ యొక్క ప్రకంపనలు, బోధనా పదాలుగా సాధకుని మనస్సులో అంతరిక్షంలో నుంచి వినిపిస్తాయి.** భగవద్గీత సాంఖ్యయోగంలో 29వ శ్లోకంలో చెప్పినట్టుగా "శృత్వాపి ఏనం వేద న చైవ కశ్చిత్."అంటే, ఇలాంటి సందేశాలు విన్న తర్వాత కూడా ఆధ్యాత్మిక అభ్యాసం లేని వారికి పూర్తిగా ఆత్మ తత్వం అర్థం కాకపోవచ్చు.

ఈ సందేశాలు వచ్చిన తర్వాత వ్రాయబడ్డాయి. కాబట్టి రచయిత్రి తను ఎలా విన్నారో అలాగే సమర్పించడానికి చేసిన తీవ్ర ప్రయత్నాల తర్వాత కూడా కొన్ని పదాలు మరుగున పడే అవకాశం, మారిపోయే అవకాశం లేకపోలేదు. అయినా కూడా రచయిత్రి అలా జారిపోయిన పదాలను, భావాన్ని చెప్పటం వదిలేయలేదు.అందరికీ ఇలా రావడం జరగదు. అందువల్ల ఇవి అద్భుతమైనవి అనుకోవాలి.

మొదట్లో చెప్పినట్లుగా వేద సూత్రాలు కూడా ఇలాంటి గుప్తప్రసారాలే! వేదాలు అనేవి ఋషులు తమ ధ్యానంలో విన్న పదాలే. అందుకే వేదాలను శృతులు అంటారు. అవి కూడా ఆత్మ స్వరూపాన్ని వర్ణించేవే.

విని,చూసి, అనుభవంతో తెలుసుకొని ఒక యోగి ఆత్మ తత్వం గురించి మాట్లాడినప్పుడు జనులు ముగ్ధులై విన్నా, వారికి పూర్తిగా అర్థం కాదు. అందుకే కఠోపనిషత్తులో "విన్నా వ్యర్థమే. విన్నవారందరికీ ఆత్మ తత్వం తెలియదు. ఆత్మ ఎవరిని వరిస్తుందో వారినే వరిస్తుంది.వారికే తెలుస్తుంది." అని అంటుంది .భాష కు పరిమితులు ఉన్నాయి. అత్యంత దివ్యమైన మహా రహస్యం ఆత్మ. దానిని మనసు కానీ, తెలివి కానీ అర్థం చేసుకోలేదు. వ్యవహారిక భాషలో దానిని వివరించలేము. అది అర్థం కాకపోవటానికి కారణం మాలిన్య పూరితమైన మనసు .దానిని కేవలం అనుభూతి ద్వారా మాత్రమే తెలుసుకోగలుగుతాము.

,బెంగాల్లోని బౌల్స్ అనే మర్మయోగులు కేవలం గూఢ పదాలతోటి, మర్మగర్భితమయిన వాక్యాలతోటి ఆత్మ తత్వాన్ని, ఆధ్యాత్మిక సత్యాన్ని పాటలుగా పాడతారు. లో చాలా చాలా ే

ఉదా: ఆరు నెలల అమ్మాయి తన తొమ్మిదో నెలలో గర్భవతి అయి 11వ నెలలో ముగ్గురు సంతానానికి జన్మనిచ్చింది .

అది మనకు అర్థం కాదు. దానిలోని ఆధ్యాత్మిక అర్థం తెలియాలంటే మహాత్ములే చెప్పాలి.ఆది అర్థం చేసుకోవాలంటే కూడా వినే వారికి కూడా సహజావ బోధనతో కూడిన అవగాహన ఉండాలి.

ఇక్కడ ఒక వ్యక్తి **సహజావబోధన స్థితి, ఆవ్యక్తి తన పంచకోశాలలో ఏకోశ స్థితి లోఉన్నాడో దానిమీద ఆధారపడి ఉంటుంది అని పరమహంస యోగానంద**

గురువులు చెప్తారు. దాన్ని బట్టి అంతర్దృష్టి లేదా సహజావబోధన ఐదు రూపాలలో వ్యక్తీకరణ అవుతుంది. మొదటిదైన **అన్నమయ కోశంలో** ఉన్నప్పుడు నేను, నాది అనే ఎరుక మాత్రమే ఉంటుంది.పంచ కోశాలలో రెండవదైన **ప్రాణమయ కోశంలో** ఉన్నప్పుడు సూక్ష్మ శబ్దాలు, సూక్ష్మ కాంతి, అనుభవంలోకి వస్తాయి.ఇవి బాహ్యమయినవి కావు. దాని తరువాత స్థాయిలో శరీరంలో ప్రతి భాగంలో తన ప్రాణ ప్రవాహాన్ని గుర్తించగలుగుతాడు. దాని తరువాత స్థాయిలో ఓంకారాన్ని వినగలుగుతాడు. మూడవదైన **మనోమయ కోశంలో** మనసుకు సంబంధించి ప్రత్యక్ష జ్ఞానం కలుగుతుంది .వివిధ స్థితులలో ప్రాణము ,చేతన కలిసి దర్శనాలు (విజన్స్)గా లభిస్తాయి .అర్ధ పూరితమైన దర్శనాలు సాధకుని ఆధ్యాత్మిక స్థాయిని పెంచుతాయి.నాలుగవదైన **జ్ఞానమయ కోశంలో** బుద్ధి, అహంకారానికి సంబంధించిన జ్ఞానం అంతరావబోధనగా కలుగుతుంది. అది శరీరాన్ని, మనసుని, ప్రాణాన్ని దాటిన స్థితి. అందువల్ల సత్యం దర్శించగలుగుతాడు. అదే జ్ఞానంగా లభిస్తుంది. ఐదవదైన **ఆనందమయ కోశంలో** ఉన్నప్పుడు దివ్య ఆనందం అనుభవం అవుతుంది. తనే ఆనందరూపుడు కూడా అవుతాడు. ఈ స్థితులన్నీ కలిసి కూడా ఉండొచ్చు. చివరిగా అతి స్వచ్ఛమైన సహజావ బోధన అనేది ఆత్మకు సంబంధించిన స్థితి. ఆత్మను ఆత్మతోనే తెలుసుకోవటం, ఆత్మను ఆత్మతోనే చూడగలగటం. ఈ స్థితిలో యోగి అన్ని కోశాలను దాటి జ్ఞాత, జ్ఞానము, జ్ఞేయము తనే అవుతాడు. ఇదే నిజమైన ఆత్మ చేతనము లేదా అనంత చైతన్యము.

చివరిగా ఒక చిన్న ఉదాహరణతో ముగిస్తాను . ఇది దయా మాత తరువాత ఎస్ఆర్ఎఫ్ ప్రెసిడెంట్ గా చేసిన మృణాళినీ మాత గారు చెప్పినది .ఒకసారి పరమహంస

యోగానంద గురువుగారు వీరందరికీ ఏదో ఆధ్యాత్మిక సత్యం చెప్పారు. కానీ వారెవరికీ అది అర్థం కాలేదు. ఆయన వెళ్లిపోయారు. మృణాళినీ మాత దాని గురించి ఎంతో ఆలోచించి, ధ్యానం చేయగా చివరికి ఆవిడకి అది అర్థమైంది. ఆమె చాలా సంతోషంగా మిగిలిన వారందరి దగ్గరికి వెళ్లి అది చెప్పటానికి ప్రయత్నం చేశారు. ఆమె ఎంత చెప్పినా అందరూ అదే అయోమయంతో ఆమెను చూశారు. చివరికి" మీరు కూడా అచ్చు గురుదేవులు చెప్పిందే చెబుతున్నారు. అవే పదాలు!" అన్నారు .అప్పుడు మృణాళినీ మాతకు అర్థమయింది. ఆమె కూడా గురువుగారు వాడిన పదాలే వాడుతున్నారు అని. కానీ తేడా వచ్చిందల్లా ఆమె అవగాహనలో. ఆమెకి ఇప్పుడు గురువుగారు చెప్పిన విషయం అర్థమైంది. కాబట్టి ఏదైనా అర్థం చేసుకోవాలి అంటే కావల్సింది పదాలు మారటం కాదు , మన అవగాహన పెరగాలి.

ఓం శాంతిః ఓం శాంతిః ఓం శాంతిః. స్వామీజీ.

విషయ పట్టిక.

నమో గురుపరంపరాభ్యాం : కృతజ్ఞతలు.................................1
ఉపోద్ఘాతము...3
ఎలా మొదలయింది?...7
క్రియా సాధన నుంచి క్రియాయోగం వరకుప్రయాణం:
బనత్ బనత్ బన్ జాయ్. (శ్రీ లాహిరి మహాశయ) 12
1995...15
1997...44
1998...50
1999...59
2000...67
2001...74
2002...82
2003–2007...87
2008-2010...98
2011–2013...106
2014–2015...112
2016–2017...119
2018–2019...127
2020–2022...135

నమో గురుపరంపరాభ్యాం!

కృతజ్ఞతలు.

మనందరి దివ్య జననికి, విశ్వగురు షిరిడి సాయిబాబాకు, నా యోగదా గురుపరంపర అందరికీ (శ్రీకృష్ణ, క్రీస్తు, మహావతార్ బాబాజీ, లాహిరి మహాశయ, స్వామి శ్రీయుక్తేశ్వరగిరి ,శ్రీ పరమహంస యోగానంద), గురువుకీ, యోగదా సంస్థకే అంకితమై తమ అస్తిత్వాన్ని గురుపాదాలకు సమర్పించి కరిగిపోయిన మరెంతోమంది సాధు సన్యాసులకు నా కృతజ్ఞతా పూర్వక ప్రణామాలు.

దయచేసి స్వీకరించండి.

ప్రత్యేక కృతజ్ఞతలు: శ్రీ స్వామీజీకి,

కీర్తిశేషులు శ్రీ గరిమెళ్ళ శంకర సత్యనారాయణ మూర్తి (హైదరాబాదు) గారికి,

కీ.శే . శ్రీ బంధకవి రామ జోగేశ్వరరావు (అమలాపురం) గారికి,

కీ.శే .శ్రీ బదరీ నారాయణ(హైదరాబాదు) గారికి, భక్తితో, కృతజ్ఞతతో నా సాష్టాంగ ప్రణామాలు. వీరే లేకుంటే ఈ దివ్య జ్ఞానప్రసారాన్ని నేను పూర్తిగా అర్థం చేసుకోలేకపోయేదాన్నెమో! ఈ జన్మలోఈఅవకాశాన్నిపోగొట్టుకునేదాన్ని.

జన్మనిచ్చిన మాతాపితలకు , భక్తి అనే గంగను ఉగ్గుపాలతో కలిపి పోసిన మా నాయనమ్మకు కృతజ్ఞతలతో సాష్టాంగ ప్రణామాలు!

నాకు మించిన ఈ యజ్ఞానికి, నా సాధనకి , రచించడానికీ అమూల్య సహకారాన్ని అందించిన నా భర్తకు ప్రేమతో

నమస్సులు, పిల్లలకు ఆనందాశ్రువులతో కృతజ్ఞతలు. ఇది పుస్తక రూపంగా రావడంలో అమూల్య సహకారాన్ని అందించిన డాక్టర్ శ్రీ దుర్గెంపూడి చంద్ర శేఖర రెడ్డి గారికి కృతజ్ఞతా పూర్వక నమస్సులు. ఇన్ని రూపాలలో అమ్మవారే నాకు తోడుగా ఈ జన్మంతా నడిచిందని నా నమ్మకం. అందుకని ధ్యానయోగసాధకురాలిగా ఈ నా ధ్యాన అనుభవాలు ఆ తల్లి పాద పద్మాలకే సమర్పణం..

ఓం శాంతిః శాంతిః శాంతిః

ఉపోద్ఘాతము.

. నా ధ్యానంలో జరిగిన ఆత్మానంద రాసక్రీడ ఇది.

ధ్యానం అంటే ధీ + యానం. బుద్ధి ప్రయాణం. ధీ అంటే వట్టి బుద్ధి కాదు. అంతరావబోధనతో చైతన్యవంతమైన బుద్ధి.మామూలుగా ఆలోచనలు అనే అలలు లేకుండా ఉండలేని మనో సాగరం, నిరంతర ఏకాగ్రతతో(ధ్యానంతో) చిత్తవృత్తులు నిరోధించబడి ,వివేకంతో కూడి బుద్ధిగా మారుతుంది. పరమాత్మని చైతన్యం మీద ఏకాగ్రతతో, ఆ బుద్ధి అంతరావబోధనతో 'ధీ' గా పరిణామం చెందుతుంది. అది అప్పుడు అనంత చైతన్యాన్ని అనుభవానికి తెచ్చుకోగలుగుతుంది. ఆ అనంత చైతన్యమే భగవంతుడు.ఆ ఏకాగ్రతే ధ్యానం.అదే ధీ+యానం.

'అనుభవం' అని ఉన్నంతసేపు అది అనుభవించేవాడు ఉంటాడు. అంటే ద్వైతంలో ఉన్నట్లే . అంటే భగవంతుడు వేరు భక్తుడు వేరు. ధ్యానంలో కలిగే ఆత్మానుభవం (ఎరుక) కూడా ఒక అనుభవమే. కానీ అక్కడ అనుభవించేవాడు ఉండడు .ధ్యాని మాయమై, ధ్యేయమూ మాయమై, నేనే ఆ గమ్యాన్ని అనే 'ఎరుక' అనుభూతి గా మిగులుతుంది.ఆత్మకు ఏ అనుభవం లేదు.అనుభవించేది జీవుడు. ఆత్మను చుట్టుకొని మూడు శరీరాలు ఉంటాయి. బయట కనిపించే ఈ స్థూల శరీరము ,దాని లోపల సూక్ష్మ శరీరము. దాని లోపల కారణ శరీరము, దాని లోపల ఆత్మ ఉంటాయి.ఇంకా లోతుగా చూస్తే ఏడు శరీరాలు చెప్తారు కాని మనకు ఇంతవరకు తెలిస్తే సరిపోతుంది. ఆత్మ అన్ని శరీరాల్లోనూ పరివ్యాపితమై ఉంటుంది.మనసు, ప్రాణము ఇవన్నీ సూక్ష్మ శరీరంలో

ఉంటాయి.జీవుడు అంటే సూక్ష్మ, కారణ శరీరాలతో కూడిన ఆత్మ. మన మనసు ఆ సూక్ష్మ శరీరంలో ఉంటుంది.ధ్యానంతో మనస్సు శుద్ధి పొంది, "నేను ఆత్మను" అన్న ఎరుక కలుగుతుంది. అది అనుభూతి (ఇంట్యూటివ్ ఎక్స్పిరియన్స్). శుద్ధమైన మనసే ఆత్మ. నేను శరీరాన్ని కాదు, కేవలం ఆత్మని అనేది అనుభూతి. ఒక **ఎరుక**. 'నేను' ఉన్నాను. ఇక్కడ నేను అన్నది ఆత్మ పరమైన అహం తత్వము. అది శరీరపరమైన, మనోపరిమితికి చెందిన 'నేను' అనే అహంకారం కాదు.కాబట్టి ఈ నా అనుభవాలు, ధ్యానంలో అహంకారం వదిలి అహంతత్వము రుచి చూస్తున్న 'సంధ్యాకాలంలో' జరిగినవిగా నేను భావిస్తున్నాను. ఇవి మళ్ళీ మళ్ళీ చదువుతున్న కొద్ది నాకెంతో ఆధ్యాత్మిక ఉద్దీపన కలుగుతుంది. అలాగే అందరికీ ఉపయోగపడుతుందని, ఆధ్యాత్మిక ప్రయాణంలో ఆధ్యాత్మిక సైనికుడుగా నా మనసుతో, శరీరంతో, సమాజంతో అంతరంగంలో యుద్ధం చేస్తున్నప్పుడు, గురువులు ఎంత దగ్గరగా, ఎంత ప్రేమగా మార్గనిర్దేశం చేస్తారో, చేశారో చెప్తే అందరికీ ధైర్యం కలుగుతుందని ఇవి గ్రంథస్థం చేస్తున్నాను. తెలుగు పండితురాలిని కాను. తప్పులు పట్టుకోవద్దు. కేవలం రసాన్ని మాత్రమే ఆస్వాదిస్తారని నమ్ముతాను. ఇది చదివిన వారికి భగవంతుడిపై నమ్మకం, భక్తి కలుగుతుందని,పెరుగుతుందని, ధ్యానయోగం చేసే వారందరికీ, వారికి కనిపించినా, కనిపించకున్నా గురువులందరూ మన *కూటస్థంలోనే ఉన్నారనే నమ్మకం పెరుగుతుందని గాఢంగా విశ్వసిస్తూ,

ఒక ధ్యానాభ్యాసి.

కూటస్థం: రెండు కనుబొమ్మల మధ్య ఉన్న ఆజ్ఞా చక్రస్థానం. హిందువులు బొట్టు పెట్టుకునే చోటు.

విశ్వంలో ఉన్న గురుతత్వానికి ప్రణామాలు. 'ఈశ్వరో గురు రాత్మేతి మూర్తి భేద విభాగినే వ్యోమవత్ వ్యాప్తదేహాయ' అని దక్షిణామూర్తి స్తోత్రం ప్రతిధ్వనించినట్లుగా, ఈ సత్యం నాకు ధ్యానంలో అనుభవ ప్రసాదం అయింది. అంటే ఈశ్వరుడు,గురువు, ఆత్మ మూడు రూపంలో తేడానే తప్ప నిజానికి ఒకటే! ఆకాశం లాగా అంతటా వ్యాపించి ఉన్న ఒకటే చైతన్యం ఈశ్వరునిగా, గురువుగా, స్వాత్మగా ఉంది అని అర్థం. ఇందులో ఉన్న పదాలని శ్లోకాలు అనండి, పద్యాలనండి, బోధన అనండి, ఇవన్నీ నాకు ధ్యానంలో, *ధ్యానాకాశంలో మెరుపుతీగల్లా, ఓంకారం లోంచి ధ్వని తరంగాల్లా, చెవికే చెవి అయి, కన్నుకే కన్ను అయిన నా చైతన్యాన్ని జాగృత పరిచాయి. నాకు పరిచయం లేని భాషలో (సంస్కృతం), అసలు పేరే తెలియని భాషలో (సంధ్యా భాషలో), తెలుగులో కొన్ని, వచ్చాయి. సంస్కృత పండితులు వ్యాకరణబద్ధంగా లేదన్నారు. ఎవరి మీద భక్తి (అమ్మవారు) నన్ను ఇంత దూరం తెచ్చిందో, ఆ దివ్య జననే ఈ మాటల పాటల మూటకు ***"ద్రవిడ ఉత్పృత సుధ**"అని పేరు పెట్టింది. అంటే ద్రవిడ రాజ్యంలోనో లేదా ద్రవిడ భాషలో (తెలుగులో) పొంగిన అమృతము అని అర్థం. ఏ భాషలో విన్నా నేను రాసింది తెలుగులోనే. **శృతి** అంటే వినికిడి ద్వారా పొందింది. **స్మృతి** అంటే జ్ఞాపకం. ఇవన్నీ నేనెవరో, నా మూలమేమిటో జ్ఞాపకం చేసే **ఆత్మావబోధనం**. ఈ పుస్తకం అందరికీ ఆసక్తికరంగా ఉండకపోవచ్చు. భగవంతుడు మాట్లాడడు అనుకునే వారికి, ఆధ్యాత్మిక సాధనలో ఉన్నవారికి, ఉత్ప్రేరకంగా ముఖ్యంగా నాలాంటి క్రియాయోగ సాధకులకు గురు కృపాంజనము దివ్యచక్షువును ఎలా తెరిపించి ఈశ్వరైక్యానుభూతిని ఎలా ప్రసాదిస్తుందో, స్వస్వరూపానుభూతిని ఎలా రుచి చూపిస్తుందో చెప్పే అనుభవ ఫలిత వేదమిది. ఇవన్నీ

ఇంతకుముందు వేదాల్లో, ఉపనిషత్తుల్లో చెప్పబడినవే అయినా అవి నేను ప్రత్యక్షంగా దేవి ముఖతః వినటం జరిగినందువల్ల అవి నాకు అపురూపమైన నిధులు. అందువల్ల అందరితో పంచుకోవడం జరిగినది.

సర్వ గురుభ్యోనమః!

ధ్యానాకాశం: ధ్యానం చేస్తున్నప్పుడు ధ్యేయమూర్తి మాయమైన నిర్గుణమైన ఆకాశం లేదా అనుభవమయే శూన్య స్థితి.

ద్రవిడ: దక్షిణ భారత రాష్ట్రాలను ద్రవిడ రాజ్యంగా, అక్కడ మాట్లాడే తెలుగు, తమిళ, మలయాళ, కన్నడ ఇంకా మరికొన్ని భాషలను ద్రవిడ భాషలని అంటారు.

ఎలా మొదలయింది?

"ఈ జన్మలో మన ఆధ్యాత్మిక ప్రయాణం గత జన్మలో ఎక్కడ ఆగిపోయిందో అక్కడ మొదలవుతుంది" అని గీతలో కృష్ణుడు చెప్తాడు. నాకు జరగబోయేవి కలల రూపంగా ముందే తెలుస్తూ ఉండేవి. 35 సంవత్సరాల వయసు దాటాక దీనికి కారణం ఏమిటో నేను తెలుసుకోవాలి అనే తపన మొదలైంది. అంతకుముందే నేనిలా ఆర్తి పడుతుండగా ఒక స్వప్నం పదేపదే రాసాగింది .దాంట్లో షిరిడీ గురుస్థాన్ మందిరంలో (అప్పటికింకా నేను షిరిడీ చూడలేదు,అది షిర్డీ లోని గురుస్థాన్ అనీ తెలియదు.) పెద్ద అగ్నిగుండం వెలుగుతోంది. ద్వారం దగ్గర షిరిడీసాయి ఆకాశమంత ఎత్తుగా నిలబడి, రెండు చేతులు పొడవుగా చాచి, నన్ను ఆ లోపలికి రమ్మని పిలుస్తున్నారు. ఇదే కల మూడుసార్లు రాగా, చూద్దామని బాబాది 'శ్రీ సాయి సచ్చరిత్ర' పుస్తకం (ఒక దివ్య లీలతో అదే చేరింది నా దగ్గరకు.) తెరిచాను. అందులో 'ఒక జీవికి కర్మ తీరినప్పుడు పిచ్చుక కాలికి దారం కట్టి లాక్కున్నట్లు, వాడు సప్త సముద్రాల అవతల ఉన్నా నా దగ్గరికి లాక్కుంటాను.' అన్న బాబా వాక్కులే కనిపించాయి. అంటే నా కర్మ తీరిందని అనుకొని షిరిడి వెళ్ళాము. సాయి దర్శనం కలిగింది. ఆయనే గురువుగా తెలిసింది. సాయి భక్తి పెరిగింది. ఆ సమయంలో మా పొరుగువారైన కీర్తిశేషులు మధుమతి '**ఒక యోగి ఆత్మకథ**'పుస్తకం తో మా ఇంటికి వచ్చారు.' ఇది చదవండి, మీ సందేహాలు తీరుతాయి 'అన్నారు. అప్పుడు అది చదువుతూ ఉన్నప్పుడే పరమహంస యోగానంద గారు తన లాస్ట్ స్మైల్ ఫోటోలో లాగా ప్రేమగా నన్నే చూస్తూ సోఫాలో కూర్చుని కనిపించారు.

వారు యోగదా సత్సంగ సొసైటీ ద్వారా ఆధ్యాత్మిక పాఠాలు పోస్ట్ చేసేవారు.ఇప్పుడు యోగదా పాఠాలు చదవాలని ఉంది కానీ మెంబరవాలంటే గురుపరంపర ను సమ్మతిస్తూ ఒక ప్రమాణ పత్రం మీద సంతకం చేయాలి. ఎలా? సాయిబాబాను గురువుగా ఇంతకుముందే మానసికంగా స్వీకరించాను కదా! ఆయన్నే అడుగుదామనుకున్నాను. ఆ ప్రమాణ పత్రము ఇంట్లో పూజ గదిలో మందిరంలో, అమ్మవారు, బాబా పర్మిషన్ కోసం నెల రోజులు పడి ఉంది. చివరికి ఓ స్వప్న దర్శనం. ప్రవహించే గంగ, దాని ఒడ్డున మెట్లు. వరుసగా కింద మెట్టు మీద శ్రీ యోగానందులు ,ఆపైన శ్రీ యుక్తేశ్వర్ గిరి, ఆ పైమెట్టు మీద లాహిరి మహాశయ,ఆపైన మహావతార్ బాబాజీ ,ఆపైన కృష్ణుడి బదులుగా షిరిడి సాయిబాబా బాబా మురళి ఊదుతూ కనిపించారు. దశాబ్దాల తరువాత దక్షిణేశ్వర్ యోగదా ఆశ్రమం వెనుక ఉన్న గోడను ఒరుసుకుని ప్రవహిస్తున్న గంగను, దానిని ఆనుకొని ఉన్న మెట్లను చూసిన తరువాత అది నాకు స్వప్నంలో కనిపించిన దృశ్యం అని అర్థమైంది. అలాగా బాబా అనుమతి దొరికింది. ఇక నాకు యోగదా పాఠాలు పోస్టులో రావడం మొదలైంది. అప్పుడు నా వయసు 37 సంవత్సరాలు .

యోగదలో శరీరానికై శక్తి పూరక వ్యాయామాలు, మనసును శాంత పరచటానికి హంస ధ్యానము, ఓం ధ్యానము, చివరిగా క్రియాయోగ దీక్ష ఇవ్వబడతాయి. నేను హంస ధ్యాన దీక్షకు వెళ్లే ముందు రోజు,(అప్పట్లో హంసకు కూడా దీక్ష ఇచ్చేవారు) మధ్యాహ్నపు కునుకులో, సాయిబాబా ముఖం ఒక విదేశీయుని ముఖంగా మారిపోతూ," నేనేనమ్మా గిరిని" అని చెబుతూ దర్శనం ఇచ్చారు. నాకు దీక్ష ఇవ్వబోతున్నది ఒక విదేశీయుడు అని నాకు ఊహలో కూడా రాలేదు . ఆ గిరి ఎవరో కాదు.శ్రీ స్వామి శాంతానందగిరి.

గిరి అన్నది సన్యాసుల్లో ఒక విభాగం. యోగదా సత్సంగా ఈ విభాగానికి చెందుతుంది. మరుసటి రోజు హంస దీక్షలో శ్రీ శాంతానంద స్వామీజీ ముఖం చూడగానే నామనసు ఉద్విగ్నమయింది. అలా బాబా నా ఆధ్యాత్మిక మార్గదర్శియై యోగదాకి మళ్లించారు. నన్ను నా గురుపరంపర పాదాల వద్దకు చేర్చారు. అక్కడ విశ్వంలో ఉన్న ఓంకార నాదాన్ని వినటము, క్రియాయోగ ప్రాణాయామ పద్ధతులు నేర్చుకున్నాను. శాస్త్రీయ పద్ధతిలో ధ్యానాన్ని నేర్చుకున్నాను.

ఈ అద్భుతమైన శాస్త్రీయ ధ్యాన పద్ధతి మధ్య అంధకార యుగాలలో కనుమరుగైనప్పటికీ, తిరిగి శ్రీ మహావతార్ బాబాజీ ద్వారా ప్రపంచానికి శ్రీ లాహిరీ మహాశయుల ద్వారా అందించబడింది. తర్వాత శ్రీ లాహిరి వారి శిష్యులైన శ్రీ యుక్తేశ్వరగిరి,వారి శిష్యులైన శ్రీ పరమహంస యోగానంద గారి ద్వారామనలాంటి సామాన్య జనానికి చేరింది.

యోగదా సత్సంగ సొసైటీ ఆఫ్ ఇండియా అనేది పరమహంస యోగానంద గారు క్రీస్తుశకం 1917 వ సంవత్సరంలో దక్షిణేశ్వరంలో స్థాపించారు. వ్యక్తిగత ఆధ్యాత్మిక ఉన్నతి దాని లక్ష్యం. అందుకు రాజయోగం (ధ్యానయోగం) వాహిక. పతంజలి అష్టాంగ యోగము, లయ యోగము, ముద్రలు, కొంచెం హఠయోగము కలిపి ఆధునిక మానవుడి శరీరము, మనసు ,ఆత్మలకు ఉన్నతి కలిగే విధంగా గురువుగారు ధ్యాన పద్ధతులను, వ్యాయామాలను అద్భుతంగా కలబోశారు.

1.**శరీరానికై** ఉదయం ,సాయంత్రం శక్తిపూరక వ్యాయామాలు ,అంటే మామూలు వ్యాయామాలు కేవలం కండరాలను బలంగా చేస్తాయి కానీ, ఇవి వ్యాయామంతో పాటు మన శరీరంలో వివిధ భాగాలని ప్రకృతిలో ఉండే అనంతచేతనా

శక్తి ద్వారా శక్తి పూరకం చేస్తాయి. శరీరం చాలా తేలిగ్గా శక్తిమంతంగా ఫ్రీగా అవుతుంది. అవి చేయటం వల్ల ధ్యానంలో ఎంతసేపైనా కదలకుండా శరీరము మనతో సహకరిస్తుంది. **ధ్యానానికి శరీరం నిశ్చలంగా ఉండటం అవసరం. లేకుంటే అది ధ్యానంలో కదిలి" మీరు ఆత్మ కాదు ,కేవలం శరీరం" అని గుర్తు చేస్తూ ఉంటుంది.**

2. మనసును నియంత్రించటానికి" హంస" ధ్యానం. దానివల్ల నెమ్మదిగా శ్వాస నిదానించి వ్యక్తి కేవల్ కుంభక్ లోకి వెళ్ళటం సాధ్యమవుతుంది. కేవల్ కుంభక్ అంటే ఉచ్ఛ్వాస నిశ్వాసాల తరువాత మళ్ళీ ఉచ్ఛ్వాస నిశ్వాసాలుమొదలయ్యే ముందు మధ్యలో ఉండే విరామం. శ్వాసలేని ఆ స్థితిలో మనసు ఉండదు. అలాగే ఆలోచనలూ ఉండవు. అంటే అహం నిద్రపోతుంది .కేవలం తను ఆత్మగా మిగులుతాడు. అద్భుతమైన శాంతి అనుభవంలోకి వస్తుంది.

3.భగవంతుని, పేరుతో చెప్పాలంటే అది ప్రణవమే. "**తస్య వాచక ప్రణవః**" ఓంకారాన్ని జపించటం కాదు. సృష్టి స్థితి లయకారక శబ్ద బ్రహ్మాన్ని అంటే 'ఓం' ని సృష్టిలో వినటం, అందులో లీనమవటం ద్వారా ఎక్కడ నుంచి మనం వచ్చామో అక్కడికే వెళ్ళి లీనమైపోతాము. ఆత్మ పరమాత్మలో అంటే అనంత చైతన్యంలో లీనం అయిపోతుంది.

4.క్రియాయోగం — ఇది యుగయుగాల నుంచి మహామహులు చేసి, తరించి, మధ్యలో మరుగున బడి, తిరిగి గురువుల ద్వారా, అర్హులైన వారికి అందుతున్న ప్రాణాయామ ప్రక్రియ. ఇది ఆధునిక మానవుడి బాహ్యేంద్రియాలకు ప్రవహించి వృథా పోతున్న ప్రాణశక్తిని, లోపలికి వెనక్కి మళ్ళించి, వెన్నెముకలోని సుషుమ్న నాడి

ద్వారా పైకి మళ్లించి, షట్ చక్రాలు దాటి కూటస్థం చేర్చే ప్రక్రియ.

దీనిని సాధన చేసేవాడు **కర్మయోగి**.

కూటస్థం చేరి దానిని దర్శించగలిగేవాడు తపస్య లేదా **భక్తి యోగి.**

కూటస్థంలో నిలదొక్కుకొని ఇంట్యూటివ్ విజ్ఞం ని(అంతర్ జ్ఞానాన్ని) అందిపుచ్చుకున్నవాడు **జ్ఞాన యోగి**.

దాన్ని దాటి సహస్రారం చేరుతూ ఆత్మ పరమాత్మలో లీనమైన వాడు నిజమైన **రాజయోగి**. ఆనంద స్వరూపుడు. పురాతన కాలంలో ఋషుల సేవలు చేసి చేసి పొందే ఈ ప్రక్రియ, గురువుల దయతో మనందరికీ సంప్రాప్తించింది. అందిపుచ్చుకున్న వారిది వారి పూర్వజన్మ పుణ్యఫలం.

ఇక ఈ పుస్తకానికి వస్తే ,ఇందులో ఉన్న మాటలు, శ్లోకాలు లేదా సూత్రాలు, ఇవి నా క్రియా ధ్యానం తర్వాత నేను ఓంకారధ్యానం చేస్తున్నప్పుడు నాకు వినిపించిన, కనిపించిన దివ్య వాక్కులు..... బయటకు వినిపించని, కనిపించని ఈ వాక్కులు విన్నది, కన్నది నాఆత్మకర్ణం.నా ఆత్మ చక్షువు

క్రియా సాధన నుంచి క్రియాయోగం వరకుప్రయాణం.

బనత్ బనత్ బన్ జాయే. (శ్రీ లాహిరి మహాశయ) .

చేస్తూ చేస్తూ ఉంటే ఎప్పుడో అయిపోతారు. ఆ మార్పు ఎప్పుడు జరిగిందో కూడా తెలియదు అని లాహిరి మహాశయులు చెప్పేవారు. అందుకని ఫలితం ఆశించకుండా సాధన చేస్తూ ఉండటమే సాధకుని పని. ఎప్పుడో యోగం జరుగుతుంది. ఎప్పుడు జరిగిందో కూడా తెలియదు. సాధకుడు సిద్ధి ఎప్పుడు పొందాడో నిర్దిష్టంగా చెప్పలేడు, ఎందుకంటే ఆత్మ సిద్ధవస్తువు కాబట్టి,తను సహజసిద్ధుడు కాబట్టి. అది తెలుసుకోవడమే ఆధ్యాత్మిక ప్రయాణం.

ధ్యానంలో అమ్మవారు నాతో మాట్లాడిన ముక్కలు చెప్పే ముందు నా గురించి కొంచెం వివరణ.

నేనొక క్రియా యోగ ధ్యాన సాధకురాలిని. 1992లో యోగదా సత్సంగా సొసైటీ ద్వారా క్రియాదీక్ష హైదరాబాదులో తీసుకున్నాను.దీక్ష ఎవరి ద్వారా జరిగినా,ఇచ్చేది శ్రీ యోగానంద గారేనని సంస్థాపరమైన విశ్వాసం. అంతకుముందు ఐదు సంవత్సరాల నుండి యోగదా సభ్యురాలిని. యోగదా పాఠాలు వచ్చేవి. హంస, ఓం ధ్యానం చేసేదాన్ని. కొన్ని పాఠాల తర్వాత క్రియాదీక్ష కోసం అడగవచ్చు. అర్హులైన వారిని ప్రశ్నపత్రంతో, ఇంటర్వ్యూ తో పరీక్షించి దీక్ష ఇస్తారు. కానీ, అన్ని పాఠాలు పూర్తయ్యాకే తీసుకుంటాను అని మూర్ఖత్వమో లేక ప్రాప్తం లేకో అంత

సమయం వృథా చేశాను. ఈ పాఠాలు ,ఈ ధ్యాన పద్ధతులు, గురుకృప పూర్తిగా నా జీవితాన్ని ఫలవంతం చేశాయని ఈ 72 సంవత్సరాల వయసులో నేను పూర్తిగా నమ్ముతున్నాను.

ఇంతకు ముందు కూడా నేను *అమ్మవారి నామ జపం చేసుకునే దాన్ని. అమ్మవారే **"నేను కూడా గురువుకే నమస్కరిస్తాను. నీకు గురువు కావాలి,"** అని ధ్యానంలో చెప్పింది. ఆ తరువాత బాబా స్వప్న దృశ్యము, ఇంతకుముందు చెప్పినట్లు షిరిడీ ప్రయాణం, భౌతికంగా బాబా ఆశీర్వాదం లభించాయి. బాబా అనుమతితో క్రియాదీక్ష వరకు రావడం జరిగింది.

ఒకప్పుడు నాకు చాలా కోపం ఉండేది. దగ్గర వాళ్ళందరూ వెక్కిరించేవాళ్లు. 'ధ్యానం చేస్తావు.అయినా ఎందుకంత కోపం?' అని. నేను దాని గురించి బాధపడేదాన్ని. గురువులకి అపఖ్యాతి తెస్తున్నాను అని బాధగా అనిపించేది. ఒకసారి చాలా బాధపడి ధ్యానం చేస్తుంటే, ధ్యానంలో జీసస్ క్రైస్ట్ కనిపించారు. ఆయన తన శరీరాన్ని ఉంచిన గుహలోంచి బయటికి వచ్చారు. నా ఎదురుగా నిల్చున్నారు. "**ఏం పర్వాలేదు. గాలి వెన్నెముకలో పైకి కిందకి తిప్పుతూ ఉంటే కోపం అదే తగ్గుతుంది,**" అని చెప్పారు. ధ్యానం లోంచి బయటకు వచ్చాక, వెన్నెముకలో గాలి తిప్పితే కోపం ఎలా తగ్గుతుందో ఎంత ఆలోచించినా నాకు అర్థం కాలేదు. అప్పటికే నేను క్రియాదీక్ష కోసం ప్రశ్నపత్రాన్ని సమాధానాలతో పంపాను. యోగదా అంగీకారం కోసం ఎదురుచూస్తున్నాను. ఆ సమయంలో క్రీస్తు దర్శనం తర్వాత రెండు రోజుల్లోనే యోగదా నుంచి క్రియాదీక్షకు అంగీకార పత్రం వచ్చింది. అక్కడ ఇన్నాళ్ళల్లా పూజ చేసిన పూలరేకులు వచ్చాయి. అప్పుడు మొదటిసారిగా క్రియాయోగం ఎలా చేయాలో చదివి ఆశ్చర్యపోయాను. ఎందుకంటే అది జీసస్ క్రైస్ట్ చెప్పిన పద్ధతిలోనే ఉంది.

అలాగా నాకు క్రియాయోగము వివరించిన గురువు (గురు పరంపరలో) జీసస్ క్రైస్ట్. తరువాత నా కోపం చాలా తగ్గిపోయింది. అది అందరూ గుర్తించేంతగా తగ్గిపోయింది. క్రియాయోగ సాధనలో నా సామాన్య జీవితం అద్భుతమైన స్వప్నంగా మారిపోయింది. వెనక్కి తిరిగి చూసుకుంటే అప్పుడు ఉప్పెనల్లా అనిపించిన కష్టాలు, మనఃక్షోభలు, విపన్నాలు అన్నీ నాకు పాఠాలు నేర్పుతూ వచ్చాయి అని అర్థమైంది. అప్పటి నేను గొంగళి పురుగు అయితే ఇప్పటి 72 సంవత్సరాల నేను సీతాకోకచిలుకను. నిత్యానంద సీమలో మెరిసే చిరునవ్వును. ఈ పరివర్తనకు, ధ్యానంలో అమ్మవారు నాకు నేర్పిన పాఠాలు, దాని వెనుక ఉన్న గురు కృప కారణం. **అమ్మవారు నా అంతరాత్మనే**. ధ్యానంలో ఆత్మ గురించిన సత్యాలను మనసు అనుభూతి చెందుతున్నది. **నా "అహంతత్వం" తన ఉపదేశాలతో నా "అహంకారాన్ని"** నాశనం చేయటానికి ఉద్యమించింది. ఇది గురువుగారి భాషలో ధ్యానంతో నాలో ఆత్మరాజ్యస్థాపితం అయింది. **అహంకార రాజ్యం నుంచి ఆత్మరాజ్యం** వరకు నా ప్రయాణం మొదలైంది.

అమ్మవారు:

అమ్మవారిని మొదట్లో ఒక రూపంతో ఆరాధించినా ,తరువాత, తరువాత అది నాకు కాంతి రూపంగా మారిపోయింది. ఇక ముందు ముందు ఎక్కడ అమ్మ అని కానీ, అమ్మవారుఅని కానీ, తల్లి అని కానీ పదం వస్తే, అది దివ్య జనని గా అర్థం చేసుకోవాలి. నాకన్న తల్లి అని కాదు.

1995.

నమో గురు పరంపరాభ్యాం!

స్వప్నాలు ఎన్నో వస్తాయి, వచ్చాయి ఒకప్పుడు. అవి ఇన్ని సంవత్సరాల సాధన తరువాత స్వప్నాలుగా కాక, ధ్యానం తర్వాత దృశ్యాలుగా దహరాకాశంలో దర్శనం ఇస్తాయి. స్వప్నాలలో చాలా అద్భుతమైనది ఒకటి ఉంది.

జనవరి 1995. ఒక స్వప్నం.

నాది కాని గదిలోకి నేను వెళ్ళానట. ఎందుకో అక్కడ ఒక మూడు కుక్కలు, ఒకటి తెలుపు, ఒకటి నలుపు, ఒకటి బంగారు రంగులో వున్నాయి.అవి నా కాలు పట్టుకోబోతున్నాయట. తెల్ల కుక్క నోట్లోకి నా కాలు అంతా పోయిందిట. కానీ నేను భయపడటం లేదుట! నేను అన్నం పెట్టి పెంచిన కుక్క నన్ను కరవటమేమిటి? అని అనుకుంటున్నాను. నలుపు కుక్కని, బంగారు రంగుకుక్కని వదిలించుకున్నాను. కానీ తెల్ల కుక్క నా పిలుపును ఖాతరు చేయడం లేదట. కానీ ఇంతలో దగ్గరిగా, పూర్తిగా షిరిడీసాయి లాంటి దుస్తులలో ఉన్న మా నాన్నగారు, "ఇష్! వదులు!" అని ఒక్కసారి అనగానే అది వెంటనే వదిలేసి జారుకున్నదట. సంవత్సరాల తర్వాత ఆ స్వప్నం అర్థమైంది. **అవి మూడు త్రిగుణాలు. నల్లటిది తమోగుణం, బంగారు రంగుది రజోగుణం, తెల్లది సత్వగుణము.నేను పెంచుకున్న గుణాలు నన్నే పీడిస్తున్నాయి.** తమస్సు, రజస్సూ సాధనతో నేను

వదిలించుకోగలిగినవే!సత్వము మాత్రము గురు కృపతోనే సాధ్యము. ఆయన అదిలింపుతోనే సుసాధ్యము. సత్వంలో కూడా మూడు సంయోగాలు ఉన్నాయి. సత్వతమో, సత్వరజోగుణాలు కూడా మనం ప్రయత్నించి దాటవచ్చు. కానీ **సత్వసత్వము మాత్రం గురువే తుంచివేయాలి.** గురు కృపతో మూడు గుణాలు దాటితేనే ఆత్మ దర్శనం. త్రిగుణాలు ప్రకృతి వల! సాధనలో గురువు ప్రాముఖ్యం చెప్పడానికే ఈ స్వప్నం చెప్పాను. **మనకెంతో కష్టంగా తోచేపని గురు కృపతో తేలిగ్గా అవుతుంది.** ఎంత ప్రయత్నించినా వదలని తెల్ల కుక్క బాబా అదిలింపుతో దూరమైంది.

15 మార్చ్ 1995. ఉదయం 7-7:30 మధ్య. హెూలీ పౌర్ణమి.

ఉదయం గాఢ ధ్యానంలో, అనంతం నుంచి "**సరస్వతీ.........**" అని అమ్మవారి పిలుపు పదే పదే వినిపించింది. స్త్రీ గొంతు. ఈ దీర్ఘం కొత్తగా అనిపించింది. అదే రోజు మధ్యాహ్నం ఒక మహాత్ముని దర్శనం జరిగింది. తరువాత జీవితంలో ఇంకో ముగ్గురు మహాత్ములు, వారిని శిష్యులతో దర్శించాను అందరూ నా ఆధ్యాత్మిక సాధనలో వారి అవగాహనతో నిచ్చెనలు వేశారు. వారిని మర్చిపోతే కృతఘ్నురాలిని అవుతాను. **మొదటగా మూర్తి గారు.** ఒక స్నేహితురాలు బలవంతంగా అదే రోజు (హెూలీ)మధ్యాహ్నం నన్ను, 'మీరు ఈ వ్యక్తిని తప్పక చూడవలసినదే' అని వారి దగ్గరికి తీసుకువెళ్ళారు, వారు అమ్మవారి భక్తులు. పుట్టపర్తి సాయి భక్తులు. అమ్మ నాతో చెప్పిన ప్రతి మాట, నాకు అర్థం చేయటానికి ఆమె కల్పించిన బంధం ఆయన. **"నా మూర్తే ఆయన"** అని తర్వాత నాకు చెప్పింది అమ్మ. నన్ను వారి ఆధ్యాత్మిక పుత్రికగా వారు భావించేవారు. ఆ దినం, వారి ఇంటి తలుపు మా కోసం తెరుస్తూనే, "సరస్వతీ అంటే ఏమిటి?" అని

అడిగారు. ఆమె నన్ను పరిచయం చేయబోయారు. ఆయన "అక్కరలేదు మీ రాకకి ఉద్దేశం ఏమిటో అమ్మవారు నాకు ముందే చెప్పింది. 'సరస్వతి' అన్న పదానికి అర్థం చెప్పమని ఆదేశించింది" అని చెప్పారు. ఇక్కడి నుంచి చాలా శ్లోకాలు లేదా చాలా సూత్రాలు అన్ని మూర్తిగారే చెప్పారు. తరువాత కొన్ని, కొన్నిగా కొందరు, కొందరు చెప్పారు.అప్పటిలో నాకు సంస్కృతం అసలు రాదు. ఇది ఏ భాషనో కూడా తెలియలేదు. సంస్కృత పండితులు వ్యాకరణం లేదు అన్నారు. మూర్తిగారికి సంస్కృతం తెలుసు కానీ సంధ్యా భాష తెలియదు. కానీ వాటికీ ఆయన అమ్మవారి కమ్యూనియన్లో(అంతశ్చేతనాసంయోగంలో) అర్థం చెప్పగలిగేవారు. అది సందర్భానికి తగినట్లు సరిగ్గా సరిపోయేది.

అది '**సంధ్యా భాష**'అని మొదటగా చెప్పి, స్వామి రామ గారి "లివింగ్ విత్ ది హిమాలయన్ మాస్టర్స్" అనే పుస్తకంలో, దాని గురించిన రిఫరెన్స్ ఉంది" అని చెప్పింది అమలాపురం వాస్తవ్యులు **శ్రీ బంధకవి రామ జోగేశ్వరరావుగారు (రెండవ వారు).** వారు "నాడీ జ్యోతిష్యం అంతా సంధ్యా భాషలోనే ఉంటుంది. దానిని అందరికీ అందించటమే నా పని". అని చెప్పేవారు. గురువులుగా వారికి ఎంతో మంది శిష్యులు ఉన్నారు. **హిమాలయ పాద భూములలో యోగులు మాట్లాడుకునే భాష సంధ్యా భాష.** అందులో వ్యావహారిక పదాలు ఏమీ ఉండవు. కేవలం ఆధ్యాత్మికతకు సంబంధించి మాత్రమే ఉంటాయి. మరో దశాబ్దం తర్వాత మొదటిసారిగా రాంచీ వెళ్ళాను. అక్కడ చాలా భాషలు తెలిసిన **స్వామిజీ (మూడవ వారు)** బ్రహ్మచారిగా ఉన్నారు. వారికి సంధ్యా భాష కూడా తెలుసు. వారు అప్పటికి బ్రహ్మచారి. చాలా శ్లోకాలకు వారు కూడా అర్థం చెప్పడం జరిగింది. యోగి

ధ్యానంలో ఉన్నప్పుడు మనసు ధారణను దాటి, ధ్యానమును మించి, సమాధిని చేరుతున్నప్పుడు, ఆ మధ్య కాలాన్ని సంధ్యాకాలం అంటారుట! జాగృతి నుంచి స్వప్నావస్థకు వెళ్ళేటప్పుడు మధ్యలో, స్వప్నానికి సుషుప్తికి మధ్య, సుషుప్తికి తురీయానికి మధ్య, ఉండేది కూడా సంధ్య కాలం. అందుకే త్రిసంధ్యలలో గాయత్రీ జపం చేయమంటే నిత్యం ఓంకార జపము చెయ్యమనే!

ఇక అర్థానికి వస్తే, సరస్వతీ అంటే జ్ఞానానికి ఒక స్త్రీ రూపం ఇస్తే అది సరస్వతీ! ఆ దీర్ఘము సంస్కృతంలో స్త్రీ లింగానికి గుర్తు. సరస్వతి అంటే పురుషుడు. సరస్వతీ అంటే స్త్రీ.అది నన్ను నిద్ర లేవమని పిలుపు.

16 ఆగస్ట్ 1995.

ఈరోజు జ్వరంగా ఉంది. అయినా క్రియా ధ్యానం చేశాను. ధ్యానంలో దీర్ఘంగా ఓంకారం వినిపించింది. సముద్రపు హోరు లాగా వినిపించి దానిలోంచి "**ఓం.....స్థానీ నశౌచా**" అని వినిపించాయి. అది ఏదో ఒక పద్యం యొక్క చివరి పాదాలు లాగా అనిపించాయి. స్థాని కి ముందు ఏదో పదం నేను మిస్ అయ్యాను. ఆ పాదం భగవద్గీతలో ఉందేమోనని భగవద్గీత వెతికాను. తెలిసిన వారిని అడిగాను. కానీ ఎక్కడా తెలియలేదు. అప్పుడు మూర్తి గారికి ఫోన్ చేశాను . ఆయన చక్కటి అర్థం చెప్పారు. 'స్థా' అంటే ఉండుట, 'నీ' అంటే లేకపోవుట. 'న శౌచా' అంటే శుభ్రత లేక పోవటం. పవిత్రత అపవిత్రత అనేవి ఆలోచన మాత్రమే. అసలా ఆలోచన కూడా మాయ అని చెప్పారు అప్పటికి. తరువాత వారు ధ్యానం చేసి స్థానీకి ముందు నేను మిస్ అయిన పదము 'కూట' కలిపారు అంటే " **కూటస్థాని నశౌచ** "అయింది అన్నమాట. కూటస్థంలో ఉన్నప్పుడు అపవిత్రత అన్నది ఉండదు. అంటే మీరు ఆజ్ఞా చక్రం వరకు వచ్చారమ్మా అని వారు సంతోషపడ్డారు.

శ్లోకం వచ్చిన మరుసటి రోజే అమ్మవారు నా స్నేహితురాలి ద్వారా నాకు ఒక సందేశం అందించింది. తను అమలాపురం రామ జోగేశ్వరరావు గారి శిష్యురాలు. వారితో కలిసి హిమాలయ యాత్ర చేసి అప్పుడే వచ్చింది.

హిమాలయాల్లో వ్యాసుడు భారతం రాసిన చోట అక్కడ వినాయకుడి గుడి ఉందిట! వ్యాసుని ఎదురుగా కూర్చొని, వ్యాసుల వారు చెబుతుంటే వినాయకుడు భారతం రాస్తారు కదా.! అది అంతా తపోభూమి అట. అక్కడ గర్భగుడి పూజారి కూడా రోజూ స్నానం చేయడట! తపోభూమిలో స్నానానికి పట్టింపు లేదట .అంటే నాకు జ్వరం వచ్చింది. తగిన నియమాలు అనుసరించలేదు అనే బాధ లేకుండా ఓదార్చినట్లు ఉన్నది. అది మూర్తి గారు చెప్పిన దానికి సరిగ్గా సరిపోయింది.

కానీ **కూట స్థాని 'నశోచః'** కూడా అయి ఉండొచ్చు అని నాకనిపించింది. ఎందుకంటే అప్పటికి ఇంకా ఈ శృతులు వినటం లో నాకు తగిన ప్రావీణ్యం రాలేదు.

కూటస్థానీ నశోచః

అర్థం: కూటస్థంలో ఉన్నవానికి దుఃఖము లేదు. ఈ అర్థం నన్ను చాలా ఆనందపరిచింది.ఇది నా ప్రథమ అనుభవం.

22 సెప్టెంబర్ 1995.

ఈరోజు ఉదయం అమ్మవారి ముందు లలితా సహస్రనామాలు చదువుతూ కొంచెం నిద్రలో జోగాను. కానీ ఆ కొంచెం సమయంలోనే నా ముందు ఒక ఐదారుగురు వ్యక్తులు నించున్నట్టు కనిపించింది. అందులో ఒక ముఖము మహావతార్ బాబాజీ గారు16-18 ఏళ్ల వయసులో ఉన్నట్లు, మిగిలిన వారిలో యుక్తేశ్వర్ జీ గారు కనిపించారు. బాబాజీ లాంటి యువకుడు నాతో

"**మేము వ్యాస్ మహారాజ్ ఆశ్రమం నుంచి వస్తున్నాము**" అని చెప్పారు.

దివ్య దర్శనం.

25 డిసెంబర్ 1995.

తెల్లవారుజామున నిద్రలో *దయామాత ఒక మెరుపులాగా సాక్షాత్కరించారు. ..ఆమె నా మెడలో పూలదండ వేశారు. "**మదర్ కంగ్రాట్స్ యు ఆన్ యువర్ కమింగ్ సక్సెస్**" అని చెప్పారు. అంటే, **రాబోయే విజయానికి అమ్మవారు నాకు శుభాకాంక్షలు చెప్తున్నది అని మాత చెప్పారు**. అంటే ఆవిడకి తెలుసన్నమాట ప్రపంచంలో వారి శిష్యులలోఎక్కడ ఏం జరుగుతుందో! రాబోయే విజయమేమిటో నా ఊహకు కూడా అందలేదు!?

దయామాత: ఇండియాలో యోగదా సత్సంగా సొసైటీ స్థాపన తర్వాత ,వారి గురువుల ఆదేశానుసారం యోగానందులు అమెరికా వెళ్లారు .చివరికి అక్కడే సెల్ఫ్ రియలైజేషన్ ఫెలోషిప్ సంస్థను స్థాపించి జీవితాంతం వరకు గడిపారు. క్రియాయోగాన్ని దేశ దేశాల విస్తరించారు. యోగానందుల తరువాత అతి దీర్ఘకాలము ఎస్ఆర్ఎఫ్ ప్రెసిడెంట్ గా చేసిన వారు శ్రీ దయా మాత. ఇండియాలో యోగదా సంస్థలు విస్తరించడానికి వారి కృషే కారణం . ఎస్ ఆర్ ఎఫ్/ యోగదా సత్సంగ సొసైటీ ఆఫ్ఇండియా, ఈ సంస్థా ద్వయానికి ఎప్పుడూ ఒకరే ప్రెసిడెంట్

గా వుంటారు.

1996.

నమో గురుపరంపరాభ్యాం!

భాషా ప్రవీణను కాను.పాండితీ ప్రకర్షలేదు.అమ్మ ఇచ్చిన అక్షరమొక్కటే,లక్షలు లక్ష లై, గుండెల కొండలు పేల్చివేసి, మాయల వలయాలు చీల్చివేసి, అక్షయముగ నన్ను తనలోకి లాగ, అవని ముంచే అమృత ధార కురిసె!పొంగి పొరలుచున్నది నా దోసిళ్ళ నిండ! దాహార్తులైన వారెల్ల త్రాగరావచ్చు నా తల్లి చల్లటి చూపు క్రింద!

ఈ ధీ యానం కలిసి చేద్దాం రండి. ముందు ముందు అమ్మవారు చెప్పినవైనా, గురువులు చెప్పినవైనా, వారి మాటలు ముదురు నల్ల రంగులో ప్రముఖంగా కనిపిస్తాయి .మిగిలింది నా వ్యాఖ్య!

1 జనవరి . బ్రాహ్మీ కాలంలో ధ్యానంలో ఒక ఋషి దర్శనం అయింది. వారు **నో స్టాట్యూస్**" అని చెప్పారు. అంటే, విగ్రహారాధన వద్దు అని అర్థం. వారి ముఖం నాకు పరిచయం లేదు. డైరీలో ఇంగ్లీషులో రాసి ఉంది. వారు తెలుగులో చెప్పారో, ఇంగ్లీషులో చెప్పారో ఇప్పుడునాకు గుర్తులేదు.

నేను నిన్ను.2 జనవరి ... నిద్రలో ఒక మంత్రం వినిపించింది **"ఓం పరబ్రహ్మనే నమః"** అని.అంటే మూర్తి పూజ ను దాటి నిర్గుణ పరబ్రహ్మను ధ్యానించమని.

29 జనవరి రాత్రి ధ్యానంలో వినిపించాయి:

భః గ్లానిర్భవ భ వః...

భ అంటే పరబ్రహ్మ. గ్లాని అంటే తాత్కాలిక అజ్ఞానం. భవ అంటే సంసారం.పరబ్రహ్మ తత్వానికి అజ్ఞానం కమ్మినప్పుడు అది సంసారం అవుతుంది..

30 జనవరి 1996.

నియతి మానః

అర్థం: నియతి అనేది ప్రపంచాన్ని నడిపించే ఒక ధర్మం. దాన్ని అర్థం చేసుకొని దాన్ని గౌరవించాలి. ధర్మం ఆధారంగా జీవించాలి.

"నీవు ధర్మముగా భావించి నీవు పెట్టుకున్న నియమాల్ని నువ్వే గౌరవించు" అని అమలాపురం గురువుగారు చెప్పారు.

"నీ ధర్మం నువ్వే ఆచరించు- పర ధర్మం నీకొద్దు" అని మూర్తి గారు చెప్పారు.

ద్వైతము, ద్వితత్వము, దూత్యము ఇవి నా దగ్గర లేవు.

(అమ్మవారి గొంతు)

అర్థం: నా దగ్గర ద్వైతము లేదు. ఉన్నది ఒక్కటే. రెండు అన్నది లేదు అంటే నువ్వే నేను అన్న తేడా లేదు, ఇద్దరం ఒక్కటే. అద్వైత బోధ చేస్తున్నది తల్లి.

నీవు నీవను "నేను" లేనే లేను (I am not the God separate from you).

నేను నేనను "నీవు" కానే కాను (I am not the ego 'I' in you).

కానరాని "నేనే" నేను (I am the invisible self in you).

తెలియ రోయి "నేనే" నేననోయి (Realize I am that SELF).

OM TAT SAT. (ఈ సందర్భంలో మూర్తి గారు చెప్పిన సత్యం.)

2 ఫిబ్రవరి .

ఏవం గుణ త్యస్థా ఏకమ్.

అర్థం: ఆ గుణాలని వదిలేస్తే నాతో ఏకం అవుతావు. ఆ గుణాలు అంటే త్రిగుణాలు దాటి నాతో ఏకంకా అని చెప్తున్నది. గుణాలు వదిలేస్తే ఇద్దరం ఒక్కటే!

ఆత్మకు ఏ గుణము లేదు. త్రిగుణాలు మనసుకు సంబంధించినవి. త్రిగుణాలు వదిలేస్తే మనసు శుద్ధపడి, శుద్ధ మనసే ఆత్మగా గుర్తిస్తాము. ఆత్మ పరమాత్మ కన్నా భిన్నంగా లేదు, ద్వైతము లేదు అని చెప్తున్నది కదా!

7 ఫిబ్రవరి.

వర్తమానః ధీః మహి.

అర్థం: వర్తమానంలో బుద్ధి కలిగి (జ్ఞానంతో) ప్రవర్తించు.

11 ఫిబ్రవరి.

ధీ రథిః విపన్న వాహిని.

అర్థం: కష్టాల పరంపరలో బుద్ధి నీకు సారధి కావాలి.

విపన్నాలు అంటే పూర్వజన్మల కర్మల ఫలితంగా జరిగే దుస్సంఘటనలు. అవి మన ప్రమేయం లేకుండా ప్రవాహం లాగా వస్తున్నప్పుడు బుద్ధి మనను నడిపించాలి.

12 ఫిబ్రవరి.

సాయంత్రం ధ్యానంలో:

సదా పశ్యంతి సూరయ.

అర్థం: సదా కూటస్థంలోనే ఉండి ఆత్మసూర్యుడిని చూస్తూ ఉండు.

ఈమధ్య ఏదో ఉపనిషత్తులో అది ఒక శ్లోకంలో కనిపించింది. నాకు అది ఉపనిషత్తుల్లోది అని అప్పుడు తెలియదు.

17 ఫిబ్రవరి.

స్వః తంత్రః జాతవేధః సః

అర్థం: నీలో ఉన్న అగ్ని స్వతంత్రమైనది. ఏమిటా అగ్ని? చైతన్యం! అదే సః, అంటే భగవంతుడు. (స్వామీజీ చెప్పిన అర్థం. వారికి సంధ్యా భాష తెలుసు.)

స్వః అంటే పరబ్రహ్మ.

తంత్ర అంటే సాధన .

జ అంటే పుట్టుట.

త అంటే ఆ యొక్క.

వేధ అంటే అడ్డంకి .

సః అంటే పరబ్రహ్మ.

నేను జన్మించాను అనుకోవటమే పరబ్రహ్మ తత్వాన్ని తెలుసుకోవటానికి ఆటంకం. నేనెప్పటికీ మరణించను. చావు పుట్టుకలనేవి ఆత్మకు లేవు. ఉన్నాయి అనుకోవటమే జ్ఞానానికి ఆటంకము. జ్ఞానమే పరబ్రహ్మ. ఇది మూర్తి గారు చెప్పిన అర్థం.

22 ఫిబ్రవరి .

ఈరోజు ఉదయం ధ్యానంలో:

తః సః వేదసి సః హః

తర్వాత అమ్మ అచ్చ తెలుగులో,

నేను నువ్వు ఒక్కటే .

అని చక్కగా రెండు మూడు సార్లు చెప్పింది. చుట్టూసంస్కృతంలో వేదగానాలు వినిపించాయి. ఈ వాక్యానికి అర్థం కూడా అదేనని మూర్తి గారు చెప్పారు. అది సామవేదంలో వాక్యం అని చెప్పారు.!?

27 ఫిబ్రవరి .

ఈరోజు ధ్యానంలో,

ధీరః

అని వినిపించింది, రెండు మూడు సార్లు. ముందు, వెనక శ్లోకాలు ఏమీ ఉన్నట్లు అనిపించలేదు.

అర్థం: ఆధ్యాత్మిక పథంలో ధైర్యంగా ప్రయాణిస్తున్నట్లు. మనసును స్థిరం చేసి ఆత్మలో నిలపటానికి ధీరత్వం కావాలి. ధీ అంటే బుద్ధి. ధీర అంటే ఆత్మవాన్ అని కూడా అర్థం. ధీరత అంటే ధైర్యం. భగవద్గీత సాంఖ్యయోగము 13, 15 శ్లోకాలలో ధీరుడు అంటే ఎవరో వర్ణిస్తారు. 'సమ దుఃఖ సుఖం ధీరం'(సుఖదుఃఖాలను సమంగా తీసుకునేవాడు) 'తథా దేహాంతర ప్రాప్తిర్ ధీర స్తత్ర నముహ్యతి'. మరోచోట 'వేల మంది ప్రయత్నం చేస్తే ఎవరో ఒక ధీరుడు మాత్రమే (కశ్చిత్ ధీరః) ఆత్మను పొందుతాడు' అని చెప్తారు భగవాన్.

28 ఫిబ్రవరి.

దళ నాశయతి న శోచ్యంతే (వృక్షః).

ఆకులు రాలినప్పుడు వృక్షము దుఃఖించదు. అలాగే ఆత్మ అనే వృక్షానికి జన్మలు ఆకులు లాంటివి. జననము, మరణము దానిలో ఏ స్పందన కలిగించవు.

ఆకులు రాలినప్పుడు వృక్షం శోకించనట్లుగా మనకే కష్టాలు వచ్చినా శోకించవద్దు అని కూడా చెప్పినట్లు అనుకోవచ్చు. శోకం సంతోషమనేవి మనసుకే. ఆత్మకు లేవు.

2 మార్చి .

నేను డాక్టర్ని. వృత్తి రీత్యా అబార్షన్ కూడా చేయవలసి వచ్చేది. మనసుకు ఇష్టంగా ఉండేది కాదు. మధ్యలో కొన్ని సంవత్సరాలు మానేశాను. కానీ క్రియా తీసుకున్న కొన్నాళ్ల తర్వాత, నేను ఇదే సంకటంతో ఆలోచిస్తుంటే క్రీస్తు నాకు దర్శనం ఇచ్చారు. ఒక సంచిలోంచి మిడతల్ని తీసి ఆయన వేరే సంచిలో వేస్తున్నారు. అది చూసి 'అంటే మిడతలకు ప్రాణం లేదా?' అనుకున్నాను. దానికి సమాధానంగా ధ్యానంలో అమ్మవారి బోధ:

కిన కిత్కటకా?

రేతా న హతి.

రేతాహి రేతః.

ఓం తత్రాప్రణానాం హృదయస్యతి.

అర్థం: కీటకం అయితే ఏమిటి? రేతస్సు చావదు. ఓంకారం ప్రాణం రూపంలో దాని హృదయంలోనూ ఉంటుంది.

ఇదే క్రీస్తు ,నేను క్రియా తీసుకోక ముందు కొన్ని సంవత్సరాల క్రితం నన్ను అబార్షన్స్ చేయవద్దని స్పష్టంగా చెప్పారు. ఇప్పుడు క్రియా తీసుకున్న తర్వాత నాలుగు సంవత్సరాల తర్వాత ఆ కర్మ నన్ను అంటుకోదు అనుకున్నారేమో, చేయవచ్చు అని ఈ రకంగా సూచన ఇచ్చారేమో అనుకొన్నాను. అంటే చంపేది నీవు కాదు, నేనే ఆ ప్రాణాన్ని ఒక సంచిలోంచి మరో సంచిలో వేస్తున్నాను అని చెప్పారని అనుకున్నాను. అప్పటినుంచి తిరిగి చేయటం మొదలు పెట్టాను కానీ దాని ద్వారా వచ్చే ఆదాయం సేవా కార్యక్రమాలకు వాడటం మొదలు పెట్టాను. ఒక కర్మ చేయడానికి నేనే కర్తను అనుకుంటే, దాని కర్మఫలాన్ని అనుభవించాల్సి వస్తుంది. నేను కర్తను కాను,

అది కేవలం భగవత్ సంకల్పం అని అర్థమైతే, కర్మఫల త్యాగము సహజంగా సంభవించి, కర్మ అనేది కర్తకు అంటుకోకుండా ఉంటుంది. నా వృత్తి ధర్మము స్వధర్మమే కదా!

దాసోహం కాదు . దం సోహం.

అర్థం: దాస అహం కాదు. అంటే నేను దాసుణ్ణి అని కాదు.ఇదం సోహం. నేనే భగవంతుడిని అనుకోమని చెప్తున్నది అమ్మ. దాసోహం అనేది ద్వైతానికి, దాసభక్తి యోగానికి చిహ్నం. సోహం అన్నది జ్ఞాన యోగానికి సంకేతం. భక్తి యోగం నుండి జ్ఞాన యోగంలోకి అడుగుపెడుతున్న అవస్థలో **దదామి సోహం** (భగవద్గీత)అంటున్నదేమో అమ్మ! అంటే నేను ఆత్మను .పరమాత్మ కన్నా భిన్నం కాను. కాబట్టి నేనే భగవంతుడిని అనే జ్ఞానాన్ని ప్రసాదిస్తున్నది.

మశ్చైవ ఏవం త్రయం గుణం

త్యస్తా వర్జిత మామేకం శరణం.

అర్థం: ఈ మూడు గుణాలు నా చేతనే సృష్టించబడ్డాయి. వాటిని వదిలేసి నన్నే శరణు చేరు.

మూడు గుణాలు అంటే సత్వ రజ స్తమోగుణాలు. ఆమె సృష్టించిన గుణాలు వదిలేసి ఆమెను పట్టుకోవాలి అంటే ఆమె అనుగ్రహమే కావాలి.

ఇది చెప్తున్నప్పుడు అమ్మ మశ్చైవ, మశ్చైవ అని మూడు నాలుగు సార్లు నేను ఆ పదం పట్టుకున్నదాకా చెప్పింది. పాతికేళ్ల తర్వాత కూడా ఇప్పటికీ ఆ గొంతు ఆ పదం మళ్లీ మళ్లీ చెప్పటం నాలో మారుమోగుతోంది.

అప్పట్లో ప్రతిరోజూ ఉదయం, సాయంత్రం ధ్యానానికి కూర్చునే ముందే పేపర్, పెన్ నా పక్కనే పెట్టుకొని కూర్చునేదాన్ని.

ఆవర్తన కిం?

అర్థం: నిన్ను ఆవరించినదేమి?

అజ్ఞానం. అవిద్య. అదీ సమాధానం. నన్ను మాయ కమ్మింది అని హెచ్చరిస్తున్నది.

అప్పుడు నా ఆలోచనలు ఏదో మాయలో పడి ఉంటాయి. ఆమె హెచ్చరిస్తున్నట్లు ఉంది. ఇవి పూర్తిగా ఆధ్యాత్మిక డైరీ అయినందువల్ల నేను వ్యక్తిగత విషయాలు రాసి పెట్టలేదు.

2 ఏప్రిల్. రాత్రి 11:00 గంటలకు ధ్యానంలో:

వత్సః

కొంచెంగా పిల్లల భవిష్యత్తు గురించి ఆందోళనతో ఆలోచించినప్పుడు ఇలా పిలిచింది.

అర్థం: బిడ్డ! అని. ఎంత ప్రేమ!

నేను నా పిల్లల గురించి ఆందోళన పడుతుంటే ఆమె, ఆమె బిడ్డను పిలుస్తున్నది. ఆ పిలుపు ఇచ్చే అభయం ఎంతని చెప్పగలను! ఒకరకంగా తల్లి, నేను ఆమె బిడ్డను అని గుర్తు చేస్తున్నది. అది ఒక అభయం.

3 ఏప్రిల్ 1996.

ఉదయం 10:00 గంటలకు ధ్యానంలో:

భవ్యతి వ్యభయ స్థితి.

అర్థం: భయము లేని స్థితి వస్తుంది. (పిల్లల భవిష్యత్తు గురించే నేమో) ఈ వాక్యం ద్వారా అభయాన్ని ఆమె నిశ్చయం చేసింది.

4 ఏప్రిల్.

రాత్రి 11:45 గంటలకు ధ్యానంలో

మామ్ విద్యా యతినో విద్యా హీనః ఇతి

ఇది నా శ్లోకాలకి సంస్కృత పండితుల దగ్గరకు వెళ్ళి, అర్థం తెలుసుకుందాము అని అనుకున్నప్పుడు అమ్మవారుచెప్పిన మాట.

అర్థం: మాం విద్య అంటే నా విద్య, అనగా ఆత్మవిద్య. యతినో అంటే సాధన చేస్తున్నప్పుడు, లేదా అనుభవం అయినప్పుడు విద్యాహీనత (జ్ఞానహీనత) అనేది లేదు.

అందుకని నేను ఆ ప్రయత్నం విరమించుకున్నాను. అందుకే అర్థం తెలియని సూత్రాలు అలాగే రాస్తున్నాను. ఎవరికి ఎంత అర్థమైతే అంత! ఎవరికోసం ఏది ఉద్దేశించబడితే అది వారికి చేరే తీరుతుంది.

8 ఏప్రిల్. ఉదయం 9:45 గంటలకు ధ్యానంలో,

సరస్వతీ!శ్రుణు విదృచ్ఛాపతి.

శ్రుణు మేక హంత్రి.

సరస్వతీ! విను. విత్ రు అంటే భగవంతుని గూర్చిన జ్ఞానము (సత్యము) ఏకాగ్రతతో విను.

9 ఏప్రిల్ 1996. ఉదయం 10:25 గంటలకు ధ్యానంలో:

శ్రుణు యాదపి

సౌం మనస్యా హితైషి వరు!

అంతే. అంతే. అంతే.

అర్థం: ఇప్పుడు శాంత మనసుతో గొప్ప వైన హిత వాక్యాలు విను. హిత వాక్యాలు అంటే వేద వాక్యాలు.

11 ఏప్రిల్.

ప్రణవస్యాపి జనార్ధనః

అర్థం: ఓంకారమే భగవంతుడు. అంటే జనార్ధనుడు. జనార్ధనుడు అంటే కోరిన కోరికలు తీర్చేవాడు.

12 ఏప్రిల్. రాత్రి 10:45 గంటలకు ధ్యానంలో:

మహాదర్శనం సమదర్శినః

సమవృత్తా మహావృత్తా

కీరణ ప్రమేయం

మమదర్శినః..

అర్థం: కీరణము అంటే సంధ్యా భాషలో క్రియా అని అమలాపురం రామ జోగేశ్వరరావు గారు చెప్పారు. అది అవధూత భాష అట. సంస్కృత వ్యాకరణం రాకముందే ఆ భాష ఉందిట.

"సమదర్శనం అంటే ఇప్పుడు నేను మీకు చాలా గొప్పగా అనిపించొచ్చు. మీరు అల్పుల లాగా అనిపించొచ్చు. కానీ క్రియా చేసినప్పుడు కూటస్థంలో ఇద్దరం సమమవుతారు. ఇది సమదర్శనం. సమదర్శనం అయినప్పుడు మహా దర్శనం అవుతుంది, అంటే భగవద్ దర్శనం అవుతుంది." సమదర్శనం అంటే అన్నిటినీ సమంగా చూడటం అందరినీ సమంగా చూడగలగటము ఎప్పుడూ సమంగా ఉండగలగటము కూడా అని నాకు అర్థమైంది.

అలాగే "వృత్తం అంటే సుడిగుండం. క్రియా సాధన చేసినప్పుడు సుడిగుండం లాంటి శ్వాస సమంగా అయిన స్థితి కూటస్థ చైతన్యం. అక్కడ కూటస్థంలో నిలువగలిగినప్పుడు సమవృత్తంలోంచి మహావృత్తంలోకి ప్రవేశిస్తారు. మహావృత్తం అంటే అనంత చైతన్యం." అని

వారు అర్థం చెప్పారు. నా అవగాహన మేరకు చిత్తవృత్తులన్నీ సమంగా అయినప్పుడు మహావృత్తంలోకి ప్రవేశిస్తాము అని. నీవు సమదర్శి అయినప్పుడు మహా దర్శనం అవుతుంది. అంటే, సమదర్శి అంటే బంగారాన్ని మట్టి గడ్డను సమంగా చూడగలిగేవాడు. ఎలాంటి పరిస్థితుల్లోనూ చలించని వానికి మహా దర్శనం, (గొప్పదైన దర్శనం) అంటే భగవంతుడి దర్శనం అవుతుంది.

సమవృత్తః అంటే చిత్తవృత్తులన్నీ సమమైన వాడికి అంటే లయించిన వానికి మహావృత్తంలో ప్రవేశం ఉంటుంది. కీరణ అంటే క్రియా ప్రమేయంతో నా దర్శనం అవుతుంది అని అమ్మవారు చెప్పింది. నా సాధనలో క్రియా సాధన ప్రాముఖ్యాన్ని ఎత్తిచూపింది.

భవాని ప్రాకృతతత్వా,

నిర్మమై మోహ వర్జితః (క్రోధః)

ఓం హృదయస్థః భవ తరణి.

అర్థం: ఈ సంసారం అంతా ప్రకృతి, అంటే మాయ. అంటే మొత్తం ఒడిదుడుకుల తోటి మార్పులతోటి ఉంటుంది. కానీ నువ్వు మమకారాన్ని, మోహాన్ని, క్రోధాన్ని విసర్జించి, ఓంకారాన్ని హృదయంలో ధరించి సంసార సాగరాన్ని దాటు.

ఒక్క కారణంబే సర్వ కారణములకు కారణంబు.

అర్థం: ఇంత విస్తారమైన విశ్వానికి, ఇందులో ఉండే అన్నిటికీ ఒక్కటే కారణం. అదే పరబ్రహ్మ. అదే ఆత్మ.

1 మే .

రాత్రి 11:00 గంటలకు ధ్యానంలో:

కిమ్ మాంఫల తపస్వి ?

సదాస్య ప్రోక్తేని యదాహి

మామేకం మామేకం

ఏకం ఏకం ఏకం

అర్థం: ఇంకేం ఫలం కావాలి తపస్వి నీకు?ఎప్పుడూ ఇదే చెప్తున్నాను.

నన్నే! నన్నే! నేనే! నేనే! ఉన్నది ఒక్కనేనే!

ఆ తల్లే నా తపస్సుకు ఫలం.

తే తద్ యిష్టా మవా ప్నోతి మానసాః

అర్థం: నీ మనసులో కలిగిన ప్రతి ఇష్టము తీర్చబడుతుంది.

చ కళ్యాణం మ వై చిదా మ్యహమ్. .భావరూప సందర్శిణీ!

అర్థం:. ?

20 మే.

సర్వే కర్మాణి దేహ మాశ్రితః బుద్ధియోగో ధీః మహి.

అర్థం: అన్ని కార్యములు దేహమును ఆశ్రయించి ఉంటాయి. బుద్ధిని ఆశ్రయించి ధీశక్తిని పెంచుకో.

22 మే.

కాయం మని దిగ్ బభాని

యోగం అజమానం

క్రియ జపమానం.

అర్థం:?

సత్త్వ కరుణ అంటే ఏమిటి? కరుణ అంటే ఏమిటి? అని అమ్మవారు నన్ను అదిలించింది.

అర్థం: కరుణలో తామసికము, రాజసికము, సత్వ కరుణ ఉన్నాయని నాకు చెప్తోంది. నేను ఎవరినో దయగా చూసి ఉండొచ్చు. కానీ కసురుకొని, విసురుకొని చేసి ఉండొచ్చు. అందుకని 'సత్వ కరుణ అంటే ఏమిటి?' అని నన్ను అదిలించింది.

అరే! వీడు తాగకుండా ఉండలేడు అని దయగా వానికి మద్యం తాగిస్తే అది తమో కరుణ.

నేను కరుణ చూపిస్తే, అందరూ భళా అంటారు, నాకు పేరు వస్తుంది అని ఒక పని చేస్తే; అది నేను, నేను కనుక చేయగలుగుతున్నా అనుకుంటే అది రాజసిక కరుణ.

అలా కాక సహజమైన కరుణతో తన ఆత్మను దీప్తిమంతం చేసుకునే కరుణ సత్వ కరుణ. అది మనసు శుద్ధపడే ప్రక్రియలో చివరి స్థితి.

కరుణ చూపిస్తున్నాను అనుకునే ప్రతివారు అది ఎలాంటి కరుణో ఆలోచించుకోవాలి.

ఇవన్నీ భగవద్గీతలో ఉన్నాయి కానీ అప్పటికి నేను గీత చదవలేదు, కానీ ధ్యానంలో నా ప్రథమ గురువు అమ్మవారు తనే బోధించింది.

30 మే.

ధృతయా దాతయా మానినీ మాననా.

ఇది మేము ఒక స్నేహితుని ద్వారా ఒక ఫ్యాక్టరీలో డబ్బు పెట్టుబడి పెట్టి నష్టపోయాము. ఆర్థిక ఇబ్బందులు గురించి ధ్యానం చేస్తున్నప్పుడు, విష్ణుమూర్తి పాల కడలిలో ఆదిశేషు మీద శయనించి వున్నారు. తల్లి లక్ష్మీదేవి పాదాల వద్ద ఉంది. ఆయన లేచి కూర్చొని కళ్ళు తెరిచి నా మొర విని మళ్ళీ విశ్రమించారు. ఆ దృశ్యంతో ఈ శ్లోకం వినిపించింది.

అర్థం: ధైర్యాన్నిచ్చేవాడు, దాత అయినవాడు లక్ష్మీపతే!

అదే రోజు అమ్మవారు తెల్లటి పెద్ద కళ్ళల్లోంచి నల్లటి గుడ్డు తిప్పుతూ "**పైన గదిలోకి వెళ్లాలంటే చాలా కష్టం. ధైర్యం కావాలి. వెళ్తావా?** "అంది.

అంటే నేను ఆధ్యాత్మికంగా పెరగాలి అంటే చిన్న చిన్న బలహీనతలు ,పెద్ద పెద్ద పరీక్షలు తట్టుకోవాలి అని అర్థమైంది. డబ్బు కావాలి, ఆరోగ్యం కావాలి, అది కావాలి, ఇది కావాలి అనే కోరికలు దాటాలి.

14 జూన్.

ఏకమ్, ఏకమ్, ఏకమ్.

తదేకం

తత్ ఏకం

ధ మ భః

అర్థం: ఒక్కటే! ఉన్నది ఆ ఒక్కటే! అదే పరబ్రహ్మ.

ప్రకృతి అనేది మాయ.

ధ అంటే ప్రకృతి. మ అంటే మాయ. భ అంటే పరబ్రహ్మ. (మూర్తి గారు)

20 జూన్.

ఉదయం 10:00 గంటలకు గాఢ ధ్యానంలో:

సరస్వతీ !అని పిలుపు. ఏదో ఋషి ఆశ్రమంలో ఉన్నట్లు అనిపించింది. **ద్వైపాయ నమః ద్వైపాయ నమః** అని ధ్యానం చేస్తున్నట్లున్న గొంతు వినిపించింది. వ్యాసుల వారు కృష్ణ ద్వైపాయనుడు అని పిలవబడతారు. బాదరాయణుడు గా బద్రీనాథ్ కవతల వారింకా ఉన్నారని తెలుస్తున్నది .ఈ

ఆశ్రమం వారి శిష్యులది కావచ్చు. ఈ అవగాహన నాకు 2023 జనవరి 1వ తారీకున లభించింది.

22 జూన్.

రాత్రి 11:00 గంటలకు ధ్యానంలో:

యధాధేమ్యహం భవ!

అర్థం: ఇప్పుడు ఏ స్థితిలో ఉన్నావో అలాగే ఉండు. పడిపోవద్దు. జారవద్దు.

మహా కాలేన కర్మాణి మార్గదర్శకః

అర్థం: అనంతకాల ప్రయాణంలో వాడి కర్మలే జీవుడికి మార్గనిర్దేశం చేస్తాయి. అంటే తర్వాత జన్మలన్నీ ఈ కర్మల ఫలితాలే!

14 జులై 1996.

హిరణ్య రేతై

గర్భా తమోహి

తస్య ప్రాణా

అర్థం: చీకటి గర్భంలో ఉన్న హిరణ్య రేతస్సు. అదే ప్రాణం.

రేతస్సు అంటే మామూలు అర్థం శుక్రం. కానీ నాకు అమ్మవారి చెప్పిన ఈ శ్లోకాలు అన్నిటిలో అది ప్రాణంగా వ్యవహరించినట్లు అనిపించింది. ముందు కాలాలలో ప్రాణాన్నే రేతస్సుగా వ్యవహరించేవారేమో!

ఆజ్ఞా యజన్తి మత్త ప్రాణా!

అర్థం: నా చేత ఆ ప్రాణం ఆజ్ఞాపించబడుతుంది.

24 జులై .

న జ్ఞాయేతి యజ్ఞేచ

సుహృత్ చైవ

మధిగచ్ఛతి స్వస్వరూప.

అర్థం: యజ్ఞాలతోటి స్వస్వరూపాన్ని తెలుసుకోలేవు. కేవలం సుహృత్ అంటే ప్రతిఫలం ఆశించకుండా ఎవరికైనా సహాయం చేసే మంచి హృదయంతో మాత్రమే స్వస్వరూపాన్ని పొందుతావు. స్వస్వరూపము అంటే ఆత్మస్థితి. అంటే అమ్మవారు అన్ని కర్మల కన్నా సహృదయం ఉండటం అనేది చాలా ముఖ్యమని చెప్తున్నది. మనసుకున్న మాలిన్యం తొలగితే ఆ శుద్ధ మనసే ఆత్మ. అదే స్వస్వరూపం. ఆలోచనలే మనస్సు. అదే మాలిన్యం. ఆలోచనలు లయమైన మనసే ఆత్మ. ముందు చెడు ఆలోచనలనుంచి మంచి ఆలోచనలకు, తరువాత వాటి నుంచీ కూడా వేరు పడాలి. తరువాత అందరి మంచి ఆలోచించాలి. అది సుహృత్.

25 జులై.

సరస్వతీ!

సరస్వతీ!

సరస్వతీ!

అర్థం: ఆ కరుణామయి పదేపదే ధ్యానంలో నన్ను పేరుతో పిలిచి ఆ స్థితి నుండి పడవద్దని జ్ఞానంలోనే ఉండమని గుర్తుచేస్తున్నది.

1 ఆగస్ట్ 1996.

బుద్ధి త్వం మమ యోగీ

కరుణా తపస్సంపధి కోభ్యో.

అర్థం:?

21 ఆగస్ట్ 1996. రాత్రి 11:00 గంటలకు ధ్యానంలో:

అమలాపురం రామజోగేశ్వరరావు గారి ఆరోగ్యం బాగాలేదు. యాంజియోగ్రామ్ కి అంతా సిద్ధం చేశారు.వారిని చూడటానికి అపోలో హాస్పటల్ కి వెళ్ళాను. వారు వారి గురువుగారి (బదరీనాథ్ లో ఉండే శ్రీ తాటంబర స్వామీజీ)ల్యాండ్ లైన్ ఫోన్ నెంబర్ ఇచ్చి, నన్ను వారిని ఫోనులో సంప్రదించి రామజోగేశ్వరరావు గారి ఆరోగ్యం గురించిన వార్త అందించమన్నారు. 'అలాగే' అన్నాను. అవి మొబైల్ ఫోన్స్ లేని రోజులు. ఇంటికి వచ్చి ఆయన ఇచ్చిన నెంబర్ ఎంత ప్రయత్నించినా కలవలేదు. ఆ నెంబరుతో ఏ ఫోను లేదని వస్తోంది. అప్పటికే రాత్రి అయిపోయింది. మళ్ళీ అమలాపురం రామ జోగేశ్వర్ రావు గారిని సంప్రదించే అవకాశం లేదు.కూర్చొని ధ్యానం చేశాను. ధ్యానంలో, వారి గురువుగారైన (బదరీనాథ్ వాస్తవ్యులు) శ్రీ తాటంబర స్వామీజీ కనిపించారు. వారు "**కుష్ల్ సే**" అని చెప్పారు. మరుసటి రోజు రామజోగేశ్వరరావు గారిని కలిసాను. తీరా తెలిసిందేమిటంటే వారిచ్చిన ఫోన్ నెంబరు కొంచెం పొరపాటుగా చెప్పారు. కావాలనే చెప్పినట్లున్నారు. వారి గురువుగారు చెప్పిన మాట, అది వారి మాట తీరు(యాస) అట, (భోజ్పూరి అన్నట్లు గుర్తు.)అంటే కుశలంగానే ఉంటారు అని అర్థమట. వారికి రావాల్సిన ఆశీర్వాదం వారికి వచ్చింది. ఇలా నా ధ్యానంలో నాకు వినిపించే కనిపించే వన్నీ కూడా వాస్తవమే అని నాకు మరొకసారి ఋజువయింది.

31 ఆగస్ట్. రాత్రి 11:15 గంటలకు ధ్యానంలో:

అమృతత్వం ఇచ్చాదపి!

అర్థం:?

3 సెప్టెంబర్. ఉదయం 9:15 గంటలకు ధ్యానంలో:

స్తుతిమత్త్యైవ మత్తప్రాణాధికా.

అర్థం:?

4 సెప్టెంబర్. ఉదయం 10:05 గంటలకు ధ్యానంలో:

విహిత సుకృతా

సు కృతా పావైంచి

మహిత మాన్వితా

పరం తపస్వీ.

అర్థం:?

5 సెప్టెంబర్. ఉదయం 10:00 గంటలకు ధ్యానంలో:

వినిర్గో న భయః

మా అమ్మకు గ్లకోమా ఉంది. దాంతో చూపు చాలా తగ్గింది. ఎంతో వైద్యం ఇప్పించడం అయింది. నాకు కూడా ఒకరోజు తలనొప్పి, కళ్ళ నొప్పులు వచ్చాయి. నాకు కూడా గ్లకోమా వచ్చి చూపు తగ్గుతుందా అని కొంచెం భయం వేసింది. అప్పుడు వచ్చిందీ శ్లోకం ధ్యానంలో.

అర్థం: చీకటి అంటే భయం లేదు, అక్కర్లేదు అని అర్థం. అది నాకర్థమైన అర్థం. కానీ కొన్నాళ్ల తర్వాత స్వామి శ్రీ విద్యాప్రకాశానందగిరి గారిని కాళహస్తిలో కలవడం జరిగింది. వారు 'గీతా మకరందం' అని భగవద్గీతకు వ్యాఖ్యానం వ్రాశారు. అది నా మొదటి గీతా పఠనం. వారి ఆరోగ్యం బాగాలేదు. అయినా నేను ఈ సూత్రం చెప్పి అర్థం అడగ్గానే ఆయన ఎంతో ఉత్తేజితులయ్యారు. "**సంసారం దాటిన వానికి భయం లేదు**" అని బిగ్గరగా అరిచి ఆనందంగా చెప్పారు. అది వారికి వర్తమానం ఏమో అనుకుంటా. ఇది

నాకు అద్భుతమైన అనుభవంగా మిగిలింది. తర్వాత నెల రోజుల్లోనే వారు సమాధి చెందారు.

అలా అమ్మవారి బోధ ఎవరి ఆధ్యాత్మిక అంతస్తుని బట్టి వారికి అర్థమవుతుందనుకుంటా.అందుకే నాకు అర్థం కానివి కూడా ఇందులో పెడుతున్నాను.

9 సెప్టెంబర్ . ఉదయం 10:00 గంటలకు ధ్యానంలో:

దేవభావై తపోభావై

విషయో విగుణస్య

అర్థం: దివ్యభావనలతో తపోభావనలతో విషయాల గుణ సంయోగం లేకుండా.........

ఖ్యాతి యతి వ్రజమానం.

అంటే నాకు అర్థమైంది యతి అయినవాడు ఖ్యాతిని త్యజించాలి అని.

వ్రజమానం అంటే అదేనా? ఏమో!?

3 అక్టోబర్.

ఓంకార ధ్యానం చాలా బాగా కుదురుతున్నది. ఓంకారం వినిపించినప్పుడు మీకు కావలసినది అడగొచ్చు అని స్వామీజీ చెప్పారు. ఈరోజు రాత్రి ధ్యానంలో ఓంకారం వినిపించినప్పుడు మావారు ఎదుర్కొంటున్న ఆర్థిక సమస్యలను అడిగాను.

"నీకు సార్వభౌమాధిపత్యమే వస్తుంది ఇవన్నీ ఎందుకు?" అని ఓంకారం లోంచి వినిపించింది. పూర్తిగా అర్థం కాలేదు అప్పుడు. ఇప్పుడు పరిపూర్ణంగా అర్థమైంది..

7 అక్టోబర్.రాత్రి 11:10 గంటలకు ధ్యానంలో:

తపోహి జ్ఞానం యోగం

కరణం చైవ.

అర్థం: తపస్సు జ్ఞానము ధ్యానము (యోగము) చేయటం ద్వారా...(స్వస్వరూపానుభూతి కలుగుతుంది.)

13 అక్టోబర్.

విశ్వాత్తై మోహైశ్చ రతిః

సదా దృష్టాం మయా దత్తం

దృష్ట్యా విద్యా రేవతః

అర్థం: ప్రపంచమంతా మాయలో ఉంది. నా చేత ఇవ్వబడిన దృష్టి ద్వారా తప్పక జ్ఞానం లభిస్తుంది.

14 అక్టోబరు.

దేవాం సుతాం దేవతాభ్యాం సర్వప్రాణి కోటిభ్యాం

క్రియాం మాంస్తుభ్య మస్తు.

అర్థం: దేవతలలోనూ సర్వ ప్రాణి కోటిలోనూ ఉన్న క్రియను నేనే. అది నీకు ఇస్తున్నాను.

16 అక్టోబర్.

మత్సుఖా త్యజా

భువనైక తత్ విధమ్

తత్సుఖా త్యజం

మద్వేదం వేదాంత వేద్యం.

అర్థం: ప్రపంచంలో అన్ని సుఖాలు నా చేతనే ఇవ్వబడ్డాయి. నా కోసమై వాటిని వదిలివేసిన వాడే వేదాంత వేద్యుడునైన నన్ను తెలుసుకొనగలుగుతాడు.

17 అక్టోబర్.

సర్వ సంపత్ విదురోభవ యామి

నాతి భవయామిజా

పునర్ పునర్ వృతాత్తై భవధీ

మమ గుణ సంపదా

విదురీకృతం కర్మం

కర్మఫలం నాతిభవం.

అర్థం: జ్ఞానంతో సర్వసంపదలు కలుగుతాయి. ఈ చీకటి సంసారంలో పడకుండా ఉంటారు. లేకుంటే ఈ సంసార చక్రంలో భ్రమిస్తూనే ఉంటారు. దైవీగుణ సంపదతో, కర్మను జ్ఞానముతో ఆచరిస్తే కర్మఫలం అంటదు.

నేను అడిగాను "**ఓ భగవంతుడా! సృష్టి అంతా నీ చమత్కారమే! అది చేయాల్సిన అవసరం ఏమిటి? చేయకుంటే ఏమవుతుంది?**"

అమ్మ ఇలా చెప్పింది:

భవకించి దతచ్చమత్కారః

మమైపి కరుణా

మనః శృంగ కరోన్యాతి మమ కేశవః

ఈ సంసారం అంతా నా చమత్కారమే. నా కరుణతో మనస్సుని స్వాధీనం చేసుకొని....... నన్నే పొందు.

23 అక్టోబర్.

సర్వాం సర్వత్రామ్ ఏవ

సర్వజ్ఞితాం.

అర్థం: అంతా తానే అయి, అన్ని చోట్లా ఉండి, అన్నీ తెలిసినది.ఆత్మే!

ఆమే! పరబ్రహ్మ మే!

28 అక్టోబర్.

ఉదయం 9:20 గంటలకు ధ్యానంలో:

న కర్తృత్వా భర్తా

అర్థం: కర్తృత్వం లేకుంటే, అంటే నేను చేస్తున్నాను అనే కర్తృత్వ భావము లేకపోతే, కర్మఫలాన్ని భరించే అవసరం కూడా లేదు అని చెప్తున్నది అని నేను అనుకుంటున్నాను.

అంటే కర్త లేకపోతే కర్మే లేదు. అందుకు అమ్మ ఒక చిట్కా చెప్పింది, చేసే **ప్రతి పనికి ముందు నువ్వే నువ్వే అనుకుంటూ చేయమంది, ఆమెనే తలుచుకుంటూ!**

ఉదయం 10:00 గంటలకు,

తపో కార్యా తస్యంతి యతి మేహం

అర్థం:?

1929 అక్టోబర్ 1996

ఉదయం 10:30 గంటలకు ధ్యానంలో:

నచీగవ తేరో త్వాన్సహ మచినా కృతిః (మదీనా కృతిః)

అర్థం:?

16 నవంబర్.

అనుత్కృష్టా ఉత్కృష్టా

తవసోపి శాంతి కచై దపి.

అర్థం:?

18 నవంబర్.

మద్దేవతా మదేభ్యం

అర్థం: అన్ని దేవతా రూపాలు నా చేతనే ఇవ్వబడ్డాయి.

1997.

నమో గురు పరమ్పరాభ్యాం!

అమ్మలగన్నయమ్మ, ముగ్గురమ్మల మూలపుటమ్మ, చాల బె ద్దమ్మ,సురారులమ్మ కడుపారడి బుచ్చినయమ్మ, తన్ను లో నమ్మిన వేల్పుటమ్మలమనమ్ముల నుండెడి యమ్మ, దుర్గ మా

యమ్మ, కృపాబ్ధి ఇచ్చుతమహత్వ,కవిత్వ,పటుత్వసంపదల్!

10 ఫిబ్రవరి 1997.

ధీయో యో (గి)ని.

పూర్ణ యో(గి)ని.

అర్థం: అంతరావబోధనతో విచ్చుకున్న బుద్ధి మాత్రమే పరిపూర్ణమైన జ్ఞానాన్ని అందుకుంటుంది. 'ధీ' తో కూడిన యోగిని పూర్ణ యోగిని. 'ధీ' అంటే అంతరావబోధనతో (ఇన్ ట్యూటివ్ పర్సెప్షెన్)వెలుగుతున్న బుద్ధి!

24 ఫిబ్రవరి 1997.

I am thronged. అయామ్ త్రాంగ్డ్.

త్రాంగ్డ్ అన్న పదం కోసం డిక్షనరీ వెతుక్కోవలసి వచ్చింది. ఆప్తులు ఎవరికోసమో ధ్యానం చేసిన సందర్భం.

అర్థం: నన్ను ఉక్కిరిబిక్కిరి చేస్తున్నావు అని.

అలా అంటూ ఆమె ఉడికీ ఉడకని బియ్యం తెచ్చి నా నోట్లో పోసింది. బియ్యం అన్నమయిందాకా ఆగాలి కదా అని అర్థమైంది! సబూరి. సహనం.

25 ఫిబ్రవరి 1997.

విదురో వేద జ్ఞాన విద్య భవయామి.

అర్థం: వేదములలో ఉన్న జ్ఞానము ప్రాప్తించుగాక

3 మార్చి 1997

ధీరన్ తేజః

అర్థం: ధీరత్వమే తేజస్సు. అంటే ధైర్యము నిర్భయత్వమే తేజస్సు!

ధీ అంటే ఇన్స్టిట్యూటివ్ పర్సెప్షన్ (అంతరావ బోధన) తో కూడిన బుద్ధి అని కూడా అర్థం.

4 మార్చి 1997.

ఉదయం 9:30 గంటలకు ధ్యానంలో:

మమభ్యాం వామపార్శ్వస్య..

అర్థం: నేను వామ పార్శ్వంలో ఉన్నాను.

అర్ధనారీశ్వరంలో, పురుషుడికి ప్రకృతి ఎడమ భాగంలోనే కదా ఉండేది! పరమేశ్వరుడు పార్వతిని తన వామ భాగంగా చేసుకున్నాడు కదా!

6 మార్చి 1997.

ఓం సర్వేశ్వరాం భవతు నామాం వేదాం.

అర్థం: వేదాల్లో చెప్పినట్టుగా ఓంకారమే సర్వేశ్వరుడు.

30 ఏప్రిల్ 1997.

ఏవం త్వాం మధ్యే.

అర్థం: ఈ విధంగా నువ్వు మధ్యలో ఉన్నావు. అంటే ఆత్మ అనేది మరణం లేనిది. చావు పుట్టుకల మధ్య ఉన్నది "నేను" అనే అహం మాత్రమే!

12 మే 1997

చిరంజీవ!

అర్థం: చిరకాలం జీవించు!(ఆశీర్వాదం)

20 మే 1997.

మవైపి చిదాపిమ్యహం,

సర్వ వేద శాస్త్ర విదురో గతిభవ!

అర్థం: నేను అనంత జ్ఞాన స్వరూపిణిని. సర్వ వేద శాస్త్ర జ్ఞానము దొరకు గాక! (నీకు)

2-6-97.

త్రయం ఏవ మా కర్తృత్వ నిభాగతి.

అర్థం: నీ ప్రతి పనికి త్రిగుణాలే కారణం. నీకు కర్తృత్వం వద్దు, లేదు. త్రిగుణాలు దాటి రా!

5 జూన్ 1997 . ఉదయం 11:30 గంటలకు:

సృష్టే సస్మిన్ యమామ్యహమ్.

ఇది ధ్యానంలో రాలేదు. చాలా జ్వరంలో ఒక రకమైన మత్తులో ఉండగా, నా చుట్టూ అంతా విలయం కనిపించింది. తుఫానులు, భూకంపాలు అన్నీ నడుస్తున్నాయి. మధ్యలో వీని చేత బాధించబడని చిన్న భూమి ముక్క మీద సురక్షితంగా నేనున్నాను. అది దృశ్యం.

అర్థం: సృష్టి యందు యముడను నేనే అయి ఉన్నాను.

18 జూన్ 1997.

మంగళమ్యహమ్!

అర్థం: సృష్టి యందు శుభాన్ని నేనే అయి ఉన్నాను. మంగళాన్ని, అమంగళాన్ని రెండూ నేనే అని చెప్తున్నది.నన్ను శుభా శుభ పరిత్యాగి కమ్మంటున్నదేమో! అన్నింటిని ఆమె అనుగ్రహంగానే భావించాలి. కష్టమైనా,సుఖమైనా!సృష్టి స్థితి లయము మూడు నా చేతనే జరుగుతున్నాయి అని చెప్తున్నది జగజ్జనని.

23 జూన్ 1997. ఉదయం 9:55 గంటలకు ధ్యానంలో:

సర్వం మధ్యే..... నమధ్యేన గతః ఏవం త్వా.

అర్థం: ముందు చెప్పినట్లు అంతా మధ్యలోనే! అంటే 'అహం' అనేది చావు పుట్టుకల మధ్య మాత్రమే. అలా ఉండకుండా ఉంటే, నీ అనంతత్వాన్ని తెలుసుకుంటావు. ఆ విధంగా "నీవు" గతించి పోతావు. ఆత్మగా మిగులుతావు.

13 జులై 1997.

త్వాం సరస్వత్యై!

అర్థం: నీవు సరస్వతివి. ఆస్థితిలో ఉండటానికి ప్రయత్నం చేయి. జ్ఞానము ఆత్మ స్వరూపం. రః అంటే అగ్నిబీజం. జ్ఞానానికి గుర్తు. జ్ఞానమే రూపం తీసుకుంటే అది సరస్వతి. కాబట్టి సదా ఆత్మ స్థితిలో ఉండమని గుర్తు చేస్తున్నది. క్రిందకు జార వద్దు అని హెచ్చరిస్తున్నది.

15 జులై 1997.

రేతా నిహతి

హ్రుద్యం అనంగమ్.

అర్థం: రేతస్సు సంహరించబడనిది. చావు లేనిది. హృదయంలో అనంగముగా ఉంటుంది. ఈ శ్లోకాల్లో రేతస్సు అంటే ఆత్మగా అర్థం అవుతూ ఉంది.

23 జులై 1997 ఉదయం 9:55 గంటలకు ధ్యానంలో:

సంగాది అసంగాది మధ్యం అసాధారణ తత్వం .

బిందురూపేణ మధ్యం పురుషాధితత్వం .

అనంగాది క్రియా రూపేణ లభ్యం

అపురూప నిధయే తథ్యం!

అర్థం: సంగత్వానికి (విషయాసక్తికి) అసంగానికి మధ్యలో ఉన్న 'తత్' (తత్వము) అసాధారణమైనది. బిందు రూపంలో మధ్యలో ఉన్నది (సహస్రారంలో). అది అధిపురుష తత్వం. అనంగక్రియ ద్వారా దొరికే అపురూప నిధి. ఇది జరుగుతుంది. సత్యం .తథ్యం!

30 జులై 1997.

ప్రభాషంపర్కం ,ప్రాకృతేయం,

అ పౌరుషేయం ,అజరామరం,

అనంతశక్తి రక్షోభ్యః!

అర్థం: ప్రభ అంటే సంధ్యా భాషలో జ్ఞానం అని అర్థం. జ్ఞానమే తేజస్సు. తేజోమయమైనది, ప్రకృతిలోనే ఉన్నది ,వాక్కులతో చెప్పలేనిది, చావు పుట్టుకలు లేని అమరమైనది అయిన అనంతశక్తి రక్షించుగాక!

14 సెప్టెంబర్ 1997 . బ్రాహ్మీ కాలం దక్షిణామూర్తి దర్శనం.

చిన్ముద్రాభాసితం,

పుస్తక రుద్రాక్ష మాలాధరం,

బ్రహ్మ విష్ణు శివాత్మకం ,

దక్షిణామూర్తిం నమామి.

జ్ఞానముద్రలో వెలుగుతూ, పుస్తకము ఒక చేతిలో, రుద్రాక్షమాల మరొక చేతిలో ధరించిన ఒక పురుషుడు కనిపించాడు. ఈ శ్లోకం వచ్చింది. దక్షిణామూర్తి ఎవరో అర్థం కాలేదు. తరువాత కొన్నాళ్ళకి శ్రీకాళహస్తి వెళ్తే అక్కడ దక్షిణామూర్తి విగ్రహం చూశాను. అప్పుడు అర్థమైంది. అది పరమశివుడి గురురూపంగా అప్పుడే తెలిసింది. తనలోనే బ్రహ్మ, విష్ణు, శివు లను ఇముడ్చుకున్న రూపం!

తర్వాత కొన్నాళ్లకు ధ్యానంలో హయగ్రీవ స్వామి దర్శనం కూడా అయింది. అది విష్ణువు యొక్క గురు రూపంగా తర్వాత తెలిసింది. అందువల్ల రూపాలు ఏవైనా ప్రకృతిలో ఉన్న గురు తత్వం నాకు మార్గదర్శకం చేస్తున్నది అని అర్థమైంది!

4 అక్టోబర్ 1997.

నిష్ఠ యతి పాలంతి సుకృతం తే.

అర్థం: నిష్ఠ ఎవరైతే పాలిస్తారో అది వాని పూర్వజన్మ సుకృతం. అంటే పూర్వజన్మ సుకృత ఫలం అనుభవించటానికి నిష్ఠ అనేది తాళం చెవి లాంటిది. పూర్వజన్మలో పుణ్యం చేసుకుంటే తప్ప ఒక నిష్ఠ పాలించటం కూడా సాధ్యం కాదు.

1998

నమో గురు పరమ్పరాభ్యాం!

అన్నపూర్ణే, సదాపూర్ణే, శంకర ప్రాణ వల్లభే!

జ్ఞాన వైరాగ్య సిధ్ధ్యర్థం భిక్షాందేహీ చ పార్వతీ!

మాతాచ పార్వతీ దేవీ, పితా దేవో మహేశ్వరః

బాంధవా శివభక్తాశ్చ, స్వదేశో భువన త్రయమ్.

16 జనవరి 1998.

అమ్మవారు కళకళలాడుతూ కనిపించిందిలక్ష్మి మూర్తిగా. **"నీకు ఎంతసేపు నా చీర మీదే ఉంది దృష్టి. నామీద లేదు ఏకాగ్రత"** అంది వేళాకోళంగా. అంటే నేను ఈశ్వరుని వదిలి ప్రకృతి మాయలో తగులుకుంటున్నానన్నమాట! అధి పురుషుని చూడలేక పోతున్నా నా?

19 జనవరి 1998.

మయా దత్తం స్మరణం

నచేతనం,

జడత్వ, బుధ్ధిత్వ,......

చాలా రోజుల తర్వాత ధ్యానంలో శ్లోకం వచ్చింది కానీ పూర్తిగా పట్టుకోలేకపోయాను..బాధగా అనిపించింది.

20 జనవరి 1998.

అధి సనాహి ధర్మధ్యః

అధి శక్తి పరమేశ్వరః

(మహావతార్ బాబాజీ దర్శనం)

మహావతార్ బాబాజీ చాలా స్పష్టంగా ధ్యానంలో కనిపించారు. పక్కనే కమండలం, దాని నిండా నీళ్లు, నీళ్ల ఉపరితలం మీద పల్చటి నురగలు. వారి అద్భుత ఆశీఃపూర్వక దర్శనంతో పాటు చక్కటి శ్లోకం.

తర్వాత మూర్తి గారిని అడిగితే "ధర్మానికి ఇక ముందు గ్లాని కలుగదు. ఎందుకంటే ఇప్పుడు శక్తిమంతుడైన పరమేశ్వరుడు అవతరించాడు" అని చెప్పారు. అది అర్థం చేసుకునేట్లుగా నేను పెరగాలేమో!

అమలాపురం రామజోగేశ్వరరావుగారికి ఫోన్ చేస్తే, వారు చెప్పిన అర్థం వేరుగా ఉంది. "ఎవరైతే సనాతన ధర్మ తత్త్వవంతులో, ఎవరైతే శక్తిమంతులో, ఈ కలియుగాన వారు పరమేశ్వరులు." అని చెప్పి "అంటే దత్తాత్రేయులు అని అర్థం" అని చెప్పారు. అంటే మహావతార్ బాబాజీ దత్తాత్రేయ అవతారం అన్న మాట!

21 జనవరి 1998.

సాయంత్రం 5:30 నుంచి 6:30 వరకు మేడ మీద సంధ్యా సమయంలో ధ్యానం మొదలెట్టాను. అద్భుతంగా ఫలవంతమైంది. శివపార్వతులు సంధ్యా సమయంలో ఆకాశవిహారం చేస్తూ ఉంటారని పెద్దలు చెప్పే మాట నిజమేనేమో! ప్రప్రథమంగా నందిపై కూర్చొని ఆకాశంలో ఎగురుతున్న శివపార్వతులను దర్శించగలిగాను. వచ్చి నా ముందు ఆగారు నందీశ్వరుడు. తల్లి తన పాదాలను నా ముందుకు దించింది. వెంటనే మెరుపులా సాగిపోయారు. కానీ చాలాసేపు ఆ దర్శన భాగ్యం అనుభవించాను.

ప్రియతమ గురుదేవులు నాకు అమ్మకు మధ్యగా నించొని చాలాసేపు అమ్మతో సంభాషించారు. తల్లి ప్రేమగా గురువుగారిని చూస్తూ వింటూ ఆనందిస్తున్నది. నేను గురువుగారి ఎడమ వైపు నుంచొని అమ్మను ఆనందంగా చూస్తున్నాను. తర్వాతే తల్లి తన పాదాలను నా ముందుకు పెట్టింది. నిష్ఠలు పాలించని (పాలించలేని) ఈ బిడ్డను కూడా అప్పచెబుతున్నానని అంటున్నారేమో గురుదేవులు!

22 జనవరి 1998.

మళ్లీ సంధ్యా సమయంలో ధ్యానం ఫలవంతమైనది. వీణాపాణి అయిన సరస్వతీ మాత ,కుడివైపు పైన చేతిలో (నాలుగు చేతులతో ఉంది) రుద్రాక్ష మాల చాలా స్పష్టంగా కనిపించింది. లావు రుద్రాక్ష మాల. అమ్మవారు అది నెమ్మదిగా నా మెడలో వేసింది. నిజమో, భ్రమో, అర్థతలేని కలనా? అనిపించింది. కానీ అది ధ్యానపు లోతులలో దర్శించినది కాబట్టి ముందు ముందు ఆ వరాన్ని ప్రసాదిస్తుందేమో!

నీ పాద పద్మాలపై భ్రమరాన్ని నేనై

నీ స్పర్శలోనే స్థాణువు కాబోయి

నిన్నే మర్చిపోతానేమోనని ,అద్వైతం కన్నా ద్వైతంలోనే రసవాహిని ఉంది కనుక వెనుకకు మరలుతున్నదీ మనస్సు.

29 జనవరి 1998.

ఓం భగవతీ చిత్తదావరణం

విలయ సంస్కృతీం

అర్థం:?

30 జనవరి 1998.

వి ధర్మః సుధర్మః

ఏ తేచ ధర్మస్య

అర్థం: ధర్మం రెండే రకాలు. ధర్మము కానిది.సరియైన ధర్మము. అంటే ధర్మం కాకుండా ధర్మము లాగా కనిపించేది విధర్మం.

చాలామందికి ధర్మమే ఆచరించాలని ఉంటుంది కానీ అదిఅనుకూలం కానందువల్ల, ఈ కాలానికి అది సరిపోదనో, మరొకటో చెప్పుకుని వారికి వారే మధ్యే మార్గాన్ని ఎంచుకుంటారు .అదే విధర్మం.

11 ఫిబ్రవరి 1998.

జగమే యత్ర పితాః తత్ర వతంసి.

అర్థం: ఈ జగత్తులో తండ్రి ఎక్కడ ఉంటే అక్కడే ఉంటాను. జగత్ పిత ఎవరు? భగవంతుడే కదా! ఈ త్రిగుణాలతో ఉన్న ప్రకృతి అంతా మాయే కదా! భగవంతుడు నుంచే వచ్చింది కదా! మాయ భగవంతుడికి ఉపాధి. అమ్మవారే మాయ!

4 మార్చి 1998.

వాజ్ఞ్ని విదురైకతే

మానసే వపుషయంతే

శుద్ధతా విస్ఫురణంతే!

అర్థం: సరస్వతీ! జ్ఞానం ఒక్కటే మనసును ప్రకాశింప చేస్తుంది కదా! శుద్ధతను గుర్తుకు తెస్తుంది కదా!

18 మార్చి 1998 .

ఉదయం 10:00 గంటలకు ధ్యానంలో:

ద్రవిడ ఉత్ప్రుత సుధః

అర్థం: ద్రవిడంలో (దేశంలో, భాషలో) పొంగిన సుధ (అమృతము).

దక్షిణ భారత రాష్ట్రాలు ద్రవిడ దేశం కింద వస్తాయి. అందులో తెలుగు, తమిళం, మలయాళం,కన్నడం మరికొన్ని ద్రవిడ భాషలు గా చలామణి అవుతాయి. ఈ సంభాషణ సంస్కృతమైనా, సంధ్యా భాష అయినా పుట్టింది తెలుగు నాట. రాయబడింది తెలుగు భాషలో. పైగా దీనికి ద్రవిడంలో ఉప్పొంగిన అమృతము అని అమ్మవారే ఈ రకంగా పేరు పెట్టింది.

21 మార్చి 1998 .

ఉదయం 10:00 గంటలకు ధ్యానంలో:

బ్రహ్మత్వ మేకానాం దేవతా

అర్థం: బుద్ధి ఏకత్వం పొందాలి.

బ్రహ్మము దేవతల అందరి యొక్క ఏక స్వరూపము .అంటే అందరూ దేవతలు మానవులు రాక్షసులు అందరూ బ్రహ్మము నుంచి వచ్చినవారే!

22 మార్చి 1998.

ఉదయం 10:00 గంటలకు ధ్యానంలో:

సర్వ దర్ప భీం!

అర్థం: అన్ని గర్వాలు అణగాలి! (అణగిస్తా అని పరుషంగా అనటం లేదు తల్లి. అణగాలి అని నన్ను సరళంగా హెచ్చరిస్తున్నది.) ఏ గర్వంతోనో విర్రవీగి ఉంటాను!

26 మార్చి 1998.

ఉదయం 10:30 గంటలకు ధ్యానంలో:

కాతే స్నాతుం మిదం.

అర్థం: ఇప్పుడు శుభ్రపడ్డావా ఏమిటి?

అప్పుడు ఎవరినో పరుషంగా మాటలతో బాధపెట్టినట్లు ఉన్నాను. తర్వాత నేను పశ్చాత్తాప పడి దానిని మాటలతోనో చేతలతోనో సరి చేసుకున్నాను. శాంత పడ్డాను. అప్పుడు ఆమె ముద్దుగా అన్న మాట!

దిశే వ్యాసో....

అర్థం: నీ మార్గం నిర్దిష్టం చేసుకో! నీ గమ్యానికి మార్గాలు క్రమబద్ధీకరించుకో!

9 జులై 1998 (గురు పూర్ణిమ).

దాతారే

ధాతారే

ధాతా రనుస్మృతిః

అర్థం: అందరికీ ఇవ్వటానికి వీలుగా నీ ఆధ్యాత్మిక శక్తిని జాగ్రత్తగా కాపాడుకో!

5 ఆగష్టు 1998.

ఉదయం 10:40 గంటలకు ధ్యానంలో:

మనోరూపాయచ

మనో బుద్ధి స్థితి త్వాం ఏవ.

అర్థం: మనసుకు బుద్ధికి రెంటికి మూలం ఆత్మే! సంకల్ప వికల్పాలతో కూడినది మనస్సు. వివేకంతో కూడినది బుద్ధి. రెండూ నీవే అని చెప్తున్నది. నా అసలు 'నేను' (ఆత్మ) ఆ రెండు దాటి ఉన్నాను. స్థూల సూక్ష్మ కారణ శరీరాన్ని దాటిన

ఆత్మ ఈ మూడిటిలోనూ వ్యాపించి ఉండటం వల్లనే ఈ సృష్టి నడుస్తున్నది.

10 ఆగష్టు 1998.

కంచి తోపస్థితి మాన్.

అర్థం: పరబ్రహ్మకు దగ్గరగా ఉన్న స్థితిలో ఉన్నావు.

29 ఆగష్టు 1998 .

ఉదయం 5:10 గంటలకు ధ్యానంలో:

ఏకం సమీరణ

తథావ్యా వ్యాప్తో

అణవే సుదర్శనః.

అర్థం: ప్రకృతిలో అణువణువునా ఏ ఒక్కటైతే వ్యాపించి ఉందో ఆ జ్ఞానం కలుగుతుంది.

26 సెప్టెంబర్ 1998.

యదాత్ తదాత్ .

అర్థం: ఏ స్థితిలో ఉన్నావో అదే స్థితిలో ఉండు. జారవద్దు!

యదా కామ గుణార్థ ఉండవు.

అర్థం: ఈ స్థితిలో కామము లొంగి ఉంటుంది.

30 సెప్టెంబర్ 1998. ఉదయం 9:40.

సంసతీ నా మన స్వరూపే.

అర్థం: "ఈ సృష్టి అంతా నా మనసు స్వరూపమే.

"నేను చేస్తున్నది భగవంతుడి ప్రణాళిక కాదు." అమలాపురం గురువుగారి వ్యాఖ్యానం!

"అలా ఎలా ఉంటుంది" అని నా ప్రశ్న.

"అవును! నా బిడ్డను నేను కొట్టుకుంటాను. మీరెవరు అడగటానికి?" అని సమాధానం. అది అప్పటి నా పరిస్థితికి కరెక్ట్ గా సరిపోయింది.

అప్పుడు ఇంట్లో దేవుడి మందిరంలో సంతోషిమాత ఫోటో కాలిపోయింది. పొరపాటున దీపం నుంచి ఒక ప్లాస్టిక్ సంచి అంటుకొని అమ్మవారి పాదాల దగ్గర కాలిపోయింది. బాధ అనిపించింది. రకరకాల ఊహాగానాలు భవిష్యత్తు నుంచి వినిపించాయి. పిల్లల గురించి ఆందోళన కలిగింది. అమ్మవారు ఎర్రటి నాలుక చాచి నన్ను భయపెట్టింది. కానీ నేను "నువ్వు నన్ను భయపెట్టినా నేనెక్కడికి పోతానమ్మా? నీ పాదాల దగ్గరకి తప్ప.." అని ఆమె పాదాలు కౌగిలించుకున్నాను. "ప్రేమ స్వరూపిణివి నీవు. ఎందుకమ్మా అప్పుడప్పుడు ఇలాంటి రూపాలు చూపిస్తావు?" అని "నాకు నువ్వంటే ఏమి భయం లేదు" అని చెప్పాను. ఇదంతా ఆమె నాతో, నన్ను గిల్లి ఆడుకునే ఆట అనిపించింది.

14 అక్టోబర్ 1998.

భోగైవ వా యజ్ఞస్థ స్వరూపిణి

అర్థం: భోగాలన్నీ యజ్ఞం లాగా భావించుకో!(?)

23 నవంబర్ 1998.

సతతే సరస్వతితే అధిష్ఠానతే.

అర్థం: ఇప్పుడు అధిష్ఠానం సరస్వతి. అంటే చేసేది, అనుభవించేది అన్నీ సరస్వతి. నువ్వు కాదు. నీవు సరస్వతి పేరు కావలనున్న ఆత్మవి.

14 అక్టోబర్ 1998.

సంగమై న్యాయేణ

బేలా న వేణు

నమస్తక్త్యై.

అర్థం: విషయాలతో సంగమం న్యాయమే. దిగులు చెందవద్దు!

1999

నమో గురు పరమ్పరాభ్యాం!

సుప్రభాతానికే తొలిగా
తల్లి పిలుపు రా రమ్మన,
ముడుచుకొనే మూర్ఖత్వం
మాయ దుప్పటి కప్పుకొని.

14 జనవరి 1999.

ఉదయం క్రియా ధ్యానంలో లలితాదేవి, బాలా త్రిపురసుందరి ఇద్దరూ కనిపించారు. ఒక ప్రౌఢ, ఒక కన్యా కనిపించారు. నా కేసి తిరిగి, ***"ఇద్దరమూ ఒకటే. అదే నీ అంతరాత్మ!"*** అని చెప్పింది. అంటే వారిరువురికి భేదం లేదు. ఇది నా మాయ మనస్సు సృష్టించింది. పైగా వారెక్కడో లేరు. నా నుంచి విడిగాలేనే లేరు అని తెలిసింది. ధ్యానం ఇచ్చినంత తృప్తి సహస్రనామాలు ఇవ్వలేవు. బాబా చెప్పినట్లు ధ్యానంలో చిత్తవృత్తులన్నీ శాంతించి ఎక్కడలేని శాంతిని అనుభవైకవేద్యం చేస్తాయి.

8 ఫిబ్రవరి 1999.

కిమ్ యత్నః?

అర్థం: ఏం చేస్తున్నావు? అని.

సందర్భం: అమలాపురం రామజోగేశ్వరరావు గురువుగారి గురువుగారు బద్రీనాథ్ నుంచి వచ్చారు. వారి పేరు తాటంబర స్వామీజీ. మరి పరీక్షగానో, దేనికో వారికి బీపీ చూడటానికి నన్ను పిలిచారు. వెళ్ళాను. అదీ అదృష్టమే. వారి బీపీ వారి వయసుకి మామూలు కన్నా తక్కువగా ఉంది. 110/70 ఉంది. వారు అమలాపురం గురువుగారికి గురువుగారు. అమలాపురం గురువుగారికే 65 సంవత్సరాలు ఉన్నాయి. వారు యువకులు గా ఉన్నప్పుడుగురువుగారు పరిచయమైనప్పుడే తాటంబర స్వామీజీ వయస్సు 60 ,70పైనే ఉంటాయని చెప్పారు. అంటే కనీసం 120 ఏళ్ళు అన్నా ఉండాలి. కానీ వయసుతో వచ్చిన మార్పులు ఏమీ లేవు. దృఢంగా ఉన్నారు. చక్కగా నడుస్తున్నారు. బీపీ కూడా పిల్లల్లో ఉన్నట్టు ఉంది. పల్స్ నార్మల్ ఉంది. అంతా ఆరోగ్యంగా ఉన్నారు. వారిని టచ్ చేసి మెడికల్ పరీక్ష చేసే అదృష్టం నాకు వచ్చింది. అది వారికి అవసరమై కాదు. మిగిలిన వారు వారిని పరీక్షించటానికి. వారు వారి ఫోటో నాకు ఒకటి ఇచ్చి, వారి పాదం బొటనవేలు మీద దృష్టి పెట్టి వారం రోజులు ధ్యానం చేయమన్నారు. నేను ఇంటికి వచ్చి ఆ ప్రయత్నం చేశాను. వెంటనే, **'కిం యత్నః'** (ఏం చేస్తున్నావు) అని అడిగింది అమ్మ కొంచెం అదలింపుగా. మళ్లీ **నూతన సంవత్సర శుభాకాంక్షలు** కూడా చెప్పింది. ఇక ప్రయత్నం విరమించుకున్నాను. పది మార్గాలలో నడవలేం కదా! నేను నా గురు మార్గం విడిచిపెట్టి వెళ్లేదే లేదు.

నాగురువు గారిని తప్ప మిగిలిన వారందరినీ ఆధ్యాత్మిక మార్గదర్శకులుగా మాత్రమే తీసుకోగలను తప్ప గురువుగా కాదు. కానీ ఎందరో మహానుభావులు నా అదృష్టవశాత్తూనో, వారి దయ కొద్దో నాకు కలిశారు. అందరూ నా ఆధ్యాత్మిక జీవితాన్ని సుసంపన్నం చేశారు.

12 మార్చి 1999.

కర్మ ఉప ప్రద్యన్తే మా!

అర్థం: కర్మ అంటుకుంటుంది. వద్దు!

అప్పుడు ఏ పని చేద్దామనుకున్నానో ఇప్పుడు గుర్తులేదు. డైరీలో కూడా రాసి లేదు. కానీ అమ్మవారు నన్ను హెచ్చరిస్తున్నది.

16 మార్చి 1999.

రాత్రి 11:00 గంటలకు (నిద్రలో):

అతి నిర్విద్యష్టాని

మహాని శక్తిదా

అర్థం: మహాశక్తిని అనవసరంగా ఖర్చు పెట్టకూడదు అని నేను అర్థం చేసుకున్నాను.

2 ఏప్రిల్ 1999.

క్యా!! బుధ్ద్యా ద్యాయో,

బుధ్యాయో

అసి ఆత్మానాం అహం.

అర్థం: బుద్ధికి ముందు, బుద్ధిలోనూ ఉన్నది నేనే! ఆత్మ చైతన్యమే బుద్ధికి ముందు ఉన్నది. అదే బుద్ధిలోనూ, ఇంకా కిందకి దిగి మనసులోనూ, ఇంకా కిందకి దిగి శరీరంలోను వ్యాపించి ఉంది. ఈ చైతన్యమే లేకుంటే సృష్టిలో ప్రతిదీ జడమే.

14 ఏప్రిల్ 1999.

రాత్రి 11:10 గంటలకు ధ్యానంలో:

అద్వేష్టయా యతిః

అర్థం: ఆధ్యాత్మిక సాధకునకు(యతి) దేనిమీదా, ఎవరిమీదా ద్వేషం ఉండకూడదు. వద్దు.

ఏ.. ఏ.. ఏ.. ఏదనేచ శ త్రుత్వ మిహం

(యద్యష్టా నియతి)

అర్థం: ఎక్కడెక్కడ శత్రుత్వం ఉన్నదో అది అంతా నియంత్రించాలి.

20 నిమిషాల తర్వాత,

నద్వేష్టి మానస!

అర్థం: మనసులో కూడా ద్వేషం వద్దు.

20 ఏప్రిల్ 1999.

బలి భూతేన

సర్వత్రా సాంఖ్యేన.

అర్థం: సర్వప్రాణులకు ఇవ్వదగ్గ మంచి కానుక ఆత్మజ్ఞానమే. (సాంఖ్యమే)! బలి అంటే కానుక.

21 ఏప్రిల్ 1999

శాంతేచ యుద్ధేచ కచైదపి.

అర్థం: ఒకోసారి శాంతి ..... ఒకోసారి యుద్ధం.

22 జులై 1999.

గచ్ఛాహం శాంతిః

అర్థం: శాంతిగా నేను వస్తాను.

6 అక్టోబర్ 1999.

రాత్రి 10:20 గంటలకు ధ్యానంలో:

తత్రాహి అధర్మస్య

తేజో ధర్మస్య భావన.

అర్థం: ఎక్కడెక్కడైతే అధర్మముందో అక్కడ ధర్మభావన తేజస్సుని ఇస్తుంది. అధర్మం చీకటి లాంటిది .అక్కడ ధర్మభావన వెలుగునిస్తుంది. అక్కడ ధర్మభావనతో వెలుగు!

25 అక్టోబర్ 1999.

ఉదయం 10:00 గంటలకు ధ్యానంలో:

వందే ధ్యానం లిఖితమ్

మూలకమ్ మూల్యం.

అర్థం: ధ్యాన జనితమైన జ్ఞానానికి వందనం! దాని జనన స్థానము అమూల్యమైనది.

28 అక్టోబర్ 1999. (బ్రాహ్మీ కాలం)

స హ ర భ

అర్థం: (మూర్తిగారు**)**

(స) బీజం సకార రూపిని.

శుద్ధ సాత్వికం. (సరస్వతి మాత)

(హ) ఉభయాత్మికం.

శివశక్త్యాత్మకం .

(ర) అగ్నిబీజం.

(భ) జ్ఞానబీజం.

30 అక్టోబర్ 1999.

ఏ తద్యంతరే చక్షుషే

దృశ్య మనే

క చ రి భ

అర్థం: దీన్నంతా అంతర్నేత్రముతో చూడు!?

23 డిసెంబర్ 1999.

తమో యతిః

దేవ బ్రహ్మస్య!

అర్థం:?

24 డిసెంబర్ 1999.

మనో బుద్ధి యవ్యాంతి!

అర్థం: మనసులోనూ, బుద్ధిలోనూ వ్యాపించినది. (ఆత్మ!)

25 డిసెంబర్ 1999.

ఈ మధ్య చాలా చాలా అనుభవాలు! భగవంతుడు ఎక్కడున్నాడో కానీ దగ్గిరగా అనిపించడం లేదు. కానీ నన్నయితే గురుకులంలో పెట్టి శిక్షణ ఇస్తున్నట్లుగా అనిపిస్తున్నది. అమ్మవడి వదిలి రెసిడెన్షియల్ స్కూల్లో చేరినట్లుగా ఉంది. అజ్ఞానపు పొరలు ఒక్కొక్కటే తొలగుతున్నట్టుగా ఉంది. నిస్సంగత్వము, నిర్మోహత్వము నాలో రావటానికి, నేను అతిగా బాధపడకుండా రాగపాశాన్ని ఎలా తుంచుకోవాలో అమర్చటానికి ఆ తల్లి ఎంత కష్టపడి ప్రణాళిక వేసి ఉంటుందో! ఇది జరగటానికి కావాల్సిన దృశ్యాలు ఆ తల్లి ఎంత నేర్పుగా సృష్టించి నవ్వుకుంటున్నదో! గృహస్థుకి పూర్తిగా రాగ విముక్తి వస్తే ప్రపంచం ఎలా నడుస్తుంది!?

తల్లి నా శ్లోకాల పుస్తకం తీసుకుని చదివినట్లు, "**నీకు తెలిసింది అందరికీ తెలియ చెప్పు" అని చెప్పినట్లు** కనిపించింది. ఈ క్రిస్మస్ నెలలో జీసస్ ఎన్నో సార్లు దర్శనం ఇచ్చాడు. నా మనస్సు **అకారణంగానే నిత్యం సంతోషంగా** ఉంటున్నది.

"జన్మనెత్తితిరా! కర్మ మోసితిరా! అలసి సొలసి కర్మ చక్రములో నే చిక్కు కొంటి రా!" అని ఓ పాత పాట.

ఓ దేవదూత గురువు రూపంలో నా దగ్గరికి వచ్చాడు. "ఓ చేయి నేను పట్టుకుంటాను. రెండో చేత్తో నీ కర్మముడి నీవే విప్పుకో" అన్నాడు. ఆ చేయి పట్టుకోగానే చక్రం వేగం తగ్గింది. నెమ్మదిగా చక్రంలోంచి ముడి విప్పుకొని దిగి పాదాల వద్ద మోకరిల్లాను. "నీ స్థానం ఇది కాదు. ఇది" అని దగ్గరికి తీసుకుని తనలో లయం చేసుకున్నాడు.

28 డిసెంబర్ 1999.

ఈ సంవత్సరం క్రిస్మస్ సీజన్లో జీసస్ చాలా సార్లు దయతో దర్శనమిచ్చాడు. 'లాస్ట్ సప్పర్' సమయంలో, ఆయన ద్రాక్షారసం పోసి ధన్యుల్ని చేసిన వాళ్లల్లో నేనూ ఒకదాన్నేమో అనిపించింది. ఒకసారి ఆ సీను నా ముందు అంత బలంగా, స్పష్టంగా కనిపించింది. **చాచిన నా దోసిలి, ఎర్రటి ద్రవం పోస్తున్న ఆయన చేతులు, కరుణతో ఉన్న ఆయన ముఖం ఎంతో స్పష్టంగా కనిపించాయి.** ఈ ధ్యానానందం అంతా గురువుల కృపే కదా!

30 డిసెంబర్ 1999.

రాత్రి 10:20 గంటలకు ధ్యానంలో:

సరస్వతీ! శృణుమేకహంత్రి .

యధావ్విదం మాయా అనేకం.

అర్థం: సరస్వతీ! ఏకాగ్రతతో విను. ఈ విధంగా మాయ అనేక రకాలు.

31 డిసెంబర్ 1999.

పరిచింత్యేన వర్జతి.

అర్థం: దిగులు పడటం వదిలేయి! పరిచింత్యేన అంటే మళ్ళీ మళ్ళీ ఆలోచించటం, మళ్ళీ మళ్ళీ చింతపడటం వర్జనీయము.ఇన్నిరకాలుగావున్న మాయలోపడకపోతే ఆశ్చర్యం కానీ, పడితే అసాధారణం కాదు.

జరిగిన ఏ విషయమైనా సగం దైవ సంకల్పంతో, కొంత మన కర్మ ఫలంగా, మరికొంత మన అనాలోచనతో జరుగుతుంది. వాటి గురించి మళ్లీ మళ్లీ ఆలోచించడం అనవసరం అని చెప్తున్నది అమ్మ! భగవంతుడే సృష్టించిన మాయను దాటటానికి ఆయన కృపే కావాలి.

2000

నమో గురు పరంపరాభ్యాం!

శాంతానందం ,

స్మిత ముఖాం,

అవిఛ్ఛిన్న ప్రణవ ప్రణయాం,

అనేక ఆత్మానందకరం

నమామ్యహం.

(శ్రీ శాంతానందగిరి స్వామివారికి నమస్కారములు.)

18 జనవరి 2000. ఉదయం 10:15 గంటలకు ధ్యానంలో:

బరి చాతో నల తన్ముఖం.

అర్థం: శరీరంలో ఉన్న అగ్ని (ప్రాణ శక్తి) ఊర్ధ్వముఖంగా సాగుతున్నది.

సాయంత్రం 3:10 గంటలకు:

నఘవాచ అనంతో ప్రాప్న యతి

అర్థం: అనంతుడు (పరబ్రహ్మ) ప్రాప్తించుగాక!

22 జనవరి 2000 ఉదయం 9:40 గంటలకు ధ్యానంలో:

సిద్ధిదం!

సిద్ధిదం!

సిద్ధిదం!

రాసుకున్నావా? అనో, రాయడం అయిందా? అనో అన్న స్త్రీ గొంతు.

అర్థం:" ఇదే సిద్ధి, ఇదే సిద్ధి, ఇదే సిద్ధి." అని "రాసుకున్నావా?" అని అమ్మవారు అడుగుతున్నది.

ఇంతవరకు రాసిన వన్నీ శ్రీ శాంతానంద స్వామీజీ గారికి చూపటం జరిగింది. వారు ఆనందించి వీటిని భావ ప్రేరకంగా తీసుకొని ఆనంద రూపవి కమ్మని ఆశీర్వదించారు. వారు రాసిన ఉత్తరం,చేసిన సంతకం ఇంకా నా దగ్గర అలాగే ఉంది.

7 ఫిబ్రవరి 2000.

నాతి చరామి.

అర్థం: నిన్ను ఎప్పటికీ వదిలిపెట్టను!

అప్పటికే క్లినిక్ లో వృద్ధుల సేవా కార్యక్రమాలు మొదలుపెట్టి నాలుగేళ్లు అయింది. చుట్టూ కొంచెం పేరు ప్రఖ్యాతులు, వారపత్రికలలో ఇంటర్వ్యూలు ఒక సంవత్సరం పాటు నడిచింది. అప్పుడు కొంచెం భయపడ్డాను. ఈ బయట పేరు ప్రఖ్యాతులతో నా లోపల సంతోషం, శాంతి మాయమవుతుందేమో, మాయలో పడతానేమోనని, అమ్మవారితో సంబంధం తగ్గుతుందేమో అని కొంచెం భయంతో కూడిన అయోమయంలో పడ్డాను. ఈ పేరు ప్రఖ్యాతుల మాయలో పడనివ్వద్దని అమ్మని ప్రార్థించాను. అప్పుడు అమ్మవారు చెప్పింది, "నేను నిన్ను ఎప్పుడూ వదిలిపెట్టను" అని!

హిందూ వివాహంలో వరుడు 'నాతిచరామి' అని చెప్తాడు వధువు 'నాతి చరితవ్యం' అని అంటుంది. నా ఆత్మ అనే వధువుకు పురుషుడు పరమ పురుషుడే!

21 మర్చి 2000.

జగన్ మా

శాంతి మా

అర్థం: జగన్మాత శాంతి రూప!

రాత్రి 10:20 గంటలకు ధ్యానంలో:

ఘూలక్!

ఘూలక్!

ఘూలక్ (క్రోధ స్వరంతో పురుష స్వరం వినిపించింది)

అర్థం: కొంచెంగా పెరిగిన జుట్టు గల తల.

అంటే సన్యాసి అయిన వారికి పూర్తిగా తల గుండుగా ఉంటుంది (ముండనము). అది వైరాగ్యానికి గుర్తు. కొంచెం కొంచెంగా పెరిగిన వెంట్రుకలు పూర్తిగా విరగని రాగానికి గుర్తు అని సంస్కృత నిఘంటువు చూసిన తర్వాత అర్థమయింది. అంటే నేను సాధన చేస్తున్న నిస్సంగత్వము, నిర్మోహత్వము పూర్తిగా ఫలించలేదు. ఎక్కడో పరీక్ష తప్పాను అని భగవంతుడు క్రోధ పడినట్లుగా అనిపించింది. నా ఆలోచనల లో ఇంకా రాగము, బంధము ఉన్నట్లున్నాయి.

28 ఏప్రిల్ 2000.

రాత్రి 11:45 గంటలకు ధ్యానంలో:

ఓం తథాయ మానః తథాస్తు! తథాస్తు! తథాస్తు! తథాస్తు! తథాస్తు!

ఇది నేను మా అమ్మాయి కోసం తీవ్రంగా ధ్యానం చేసినప్పుడు వచ్చిన సమాధానం.

అర్థం: ఇప్పుడు ఎంత ధైర్యంగా ఉన్నావో అంతే ధైర్యంగా ఉండు. అలాగే కానీ. నీ కోరిక ఫలిస్తుంది.

ఇప్పుడు 'ఓమ్' లో ఎలా ఉన్నావో అలాగే ఉండు. అక్కడ నుంచి జారకు అని కూడా కావచ్చు.

2 మే 2000.

ఉదయం 5:45 గంటలకు ధ్యానంలో:

అనత్ కీర మత్ ప్రసాదం యితి.

అర్థం: అన్ అంటే ఊపిరి తీయుట.

కీరణ అంటే క్రియా.

ఈ క్రియాయోగ ప్రాణాయామ ప్రక్రియ నా యొక్క ప్రసాదమే!

దానితో ఒక చక్కటి దృశ్యం కూడా కనిపించింది. నా నడి నెత్తి మీద రాగిరేకులాంటి దానిమీద ఏవో అక్షరాలు రాసి ఉన్నాయి. ఒక పాము నిట్ట నిలువుగా నుంచుని దాన్ని నాకుతున్నది. ఆ పాము నా శరీరంలోన ఉందో బయట ఉందో తెలియటంలేదు. నా కుండలిని సహస్రార చక్రాన్ని తాకి నన్ను జ్ఞానవంతం చేసే శుభశకునంగా తోచింది.

1 మే 2000 .

ఉదయం 7:50 గంటలకు ధ్యానంలో:

శహవాస్ నహి

సహవాస్.

అర్థం తెలియలేదు. శహవాస్ కు, సహవాస్ కు తేడా తెలిస్తే బాగుంటుంది.

ముర్షే అగలా!!

చిదానంద సమ్మిళిత చిరుహాసంతో లాహిరీ మహాశయులు ధ్యానాసనంలో దర్శనం ఇచ్చి ఇలా చెప్పారు. దానికి బెంగాలీలో నాకు శరణం ఇవ్వు అని అర్థమట. 'వారికి నేను శరణం ఇవ్వటం ఏమిటి?వారు అలా ఎందుకంటారు?' అనుకున్నాను. కానీ, రాంచీ ఆశ్రమం వెళ్ళినపుడు సంధ్యా భాష వచ్చిన బెంగాలీ స్వామీజీ (అప్పటికి బ్రహ్మచారి) చెప్పారు. లాహిరీ గురు మహాశయుల బెంగాలీ, బిహారీ యాసతో ఉండేదట. వారి యాసలో దాని మామూలు

అర్థం: "నన్ను ఆశ్రయించు" అని!

అది నా పరిస్థితికి సరిగ్గా సరిపోయింది. నేను మా పెద్ద పాప చదువు కోసం ప్రార్థన చేస్తున్నాను. నేను చూసుకుంటాను అని లాహిరీ గురుదేవులు అభయం ఇచ్చారు ఈ రకంగా! ఎంత గొప్ప అభయం! అసలు లెక్కలే సరిగా రావడం లేదని అప్పటికి బాధపడుతున్న నాకు ఆ పాప ఎంసెట్లో మంచిర్యాంకుతో ఇన్ఫర్మేషన్ టెక్నాలజీ ఇంజనీర్ అయింది. గృహస్థ కష్టాలలో గృహస్థ గురువుల చేయూత!

9 జూన్ 2000.

స్వామి రామా రాసిన 'లివింగ్ విత్ ది హిమాలయన్ మాస్టర్స్' అనే పుస్తకం చదువుతున్నాను. అద్భుతంగా ఉంది. దాంట్లో సంధ్యా భాష గురించి మొదటిసారిగా చదివాను. అది గంగోత్రి, మానస సరోవరం ఒడ్డున కేదార్నాథ్ దగ్గర పుట్టిన భాష. ఇది పూర్తిగా ఆధ్యాత్మిక సత్యాన్ని గురించి మాట్లాడటానికి వాడే యోగ భాష. దాంట్లో బయట ప్రపంచానికి సంబంధించి గాని, వ్యాపార పరంగా గాని ఏమీ పదాలే ఉండవు. అది 'దేవభాష' అని రాశారు. అది సంస్కృతం కాదు. ఎంత గొప్ప సత్యము నా అనుభవంలోకి వచ్చింది! నా గురువు ఎవరో (? బాబాజీ) అక్కడ నాకు విద్య

గరిపి ఉంటారు. అదే శృతిగా, స్మృతిగా నన్ను ధ్యానంలో స్పృశిస్తున్నది కాబోలు!

17 జూన్ 2000.

స్వామి రామా రాసిన ఈ పుస్తకంలోనే హరియా ఖాన్ బాబాజీ గురించి రాసి ఉంది. ఒక సంవత్సరం క్రితం నాకు స్వప్నంలో కనిపించి ఒక ముస్లిం యువకుడు**'హిమాలయాలకు మీరూ రాకూడదూ'** అని పిలిచాడు. ఆ సమయంలో నా స్నేహితురాలు తన గురువుగారైన అమలాపురం రామజోగేశ్వరరావు గారి నాయకత్వంలో అందరూ హిమాలయ యాత్రకు వెళుతున్నారు. కానీ నాకు అస్సలు కదిలే పరిస్థితి లేదు. అందుకని అమలాపురం గురువుగారికి ఫోన్ చేసి 'నాకు ఇలా పిలుపు వచ్చింది.రావాలని ఉంది కానీ రాలేకపోతున్నాను'. అని చెప్పాను. వారు పరిస్థితులన్నీ విని," పర్వాలేదు, నేను మళ్ళా వెళ్ళినప్పుడు మాతో రండి" అన్నారు. ఇప్పుడు వారూ లేరు .ఇంతవరకు నేను హిమాలయ యాత్ర చేసిందీ లేదు. స్వామిరామ పుస్తకంలో హరియా ఖాన్ బాబాజీ ఫోటో ఉంది .వారు యీ బాబాజీ వయసెంతో ఎవరికీ తెలియదని ఎప్పటినుంచో అక్కడ ఉన్నారని రాశారు. నాకు స్వప్నంలో కనిపించిన వ్యక్తి ఆయనే అని నేను గుర్తుపట్టాను. ఆయనే హిమాలయాలలో అనంతకాలం నుంచి ఉంటున్న బాబాజీ అని స్వామి రామాగారు కూడా పుస్తకంలో సెలవిచ్చారు. అంటే నన్ను పిలిచింది బాబాజీగారే అన్నమాట!

సంసారాన్ని వదిలి వెళ్ళే తెగువ నాకు లేకపోయింది. ఈ జన్మలో వారి పిలుపును అందుకోలేకపోయాను!

28 జులై 2000.

ఉదయం 5:50 గంటలకు ధ్యానంలో:

విరోసితే శిరోత్రవతి ప్రాణే

విశాశ్వతే విరసిత మరుం.

అర్థం:?

6 సెప్టెంబర్ 2000.

ఉదయం 9:30 గంటలకు ధ్యానంలో:

సమతో జ్వలం..... తం

తత్పరిషత్ .....తం

అర్థం: నీలోని ఉజ్వలత (ప్రాణ శక్తి) సమత్వం చెందినది. నీవు ఈ పరిషత్ (సంఘం)లో ఉన్నావు.

ఇది సంధ్యా భాష అని, వెంటనే దీనికి అర్థం చెప్పగలిగారు యోగదా గురువులైన బెంగాలి స్వామీజీ.నిస్సంగులైన యోగదా సన్యాసులకు వారి అస్తిత్వం బయట పడటం ఇష్టం ఉండదు.

25 అక్టోబర్ 2000.

ఎప్పుడైనా ఎవరికైనా నేను నిస్వార్థంగా సహాయం చేసినప్పుడు వెంటనే గురువుల ఆశీర్వాదాలు దొరుకుతూ ఉండేవి. అలా ఒక రోజు లాహిరీ మహాశయుల దర్శనం అయింది. నా కూటస్థం మీద వారి బొటనవేలు పెట్టి నొక్కి, నన్ను వారితో పాటు అనంతంలోకి తీసుకువెళ్లిపోయారు. అంతకు ఒకరోజు ముందు నాకు చాలా నడుము నొప్పి వచ్చింది. విపరీతమైన బాధతో ధ్యానానికి కూడా కూర్చోలేకపోయాను. లాహిరీ మహాశయులు నా ధ్యానంలో కనిపించి నాకు ఎలా కూర్చోవాలో చూపించారు. వజ్రాసనంలో లాగా కూర్చొని రెండు చేతులు వెనక్కి పెట్టి అరచేతులు నేలకు ఆన్చి వాటి సహాయంగా కూర్చోమని చూపించారు. అలా కూర్చున్నాను. కూర్చోగలిగాను. ధ్యానం చేసుకున్నాను.

2001

నమో గురు పరమ్పరాభ్యాం!

అమ్మలగన్నయమ్మ, ముగ్గురమ్మల
మూలపుటమ్మ,చాలా బె

ద్దమ్మ, సురారులమ్మ కడుబారడి బుచ్చినయమ్మ,
తన్ను లో

నమ్మిన వేల్పుటమ్మలమనమ్ముల నుండెడి యమ్మ,
దుర్గ,మా

యమ్మ కృపాబ్ధి ఇచ్చుత మహత్వ కవిత్వ పటుత్వ
సంపదల్!

పోతన.

నిజమైన మౌనం నాకు ఇంకా అలవడ లేదు. నా మాటలు వినాలని కొందరు ఆసక్తి చూపితే, వాదనలోకి లాగి ఓడించి అవమానిద్దాం అనుకునే వారు కొందరు. మొదటిది దైవ సంకల్పం అయితే రెండవదీ దైవసంకల్పమే. కానీ ఈ రెండవ రకం వారి దగ్గర నేను మౌనం పాటించాల్సిన అవసరం ఉంది. మరి వాటి విలువ తెలియని వారి ముందు రత్నాలు చల్లితే మాత్రం ఫలమేమిటి? ఇది నా స్వీయ నియంత్రణకి సానపెట్టే దైవ సంకల్పం! "అనర్థులకు ఇవ్వకుండా జాగ్రత్త పడండి" అని తణుకు కృష్ణమూర్తిగారు చెప్పారు. వారు స్వామి ప్రణవానంద గారి శిష్యులు. శ్రీవిద్యోపాసకులు. పోయిన సంవత్సరం గురుపూర్ణిమనాడు

వారి శిష్యులు వారికి పాదపూజ చేస్తూ ఆహ్వానించారు. వారు సాదరంగా వారి వ్యక్తిగత పూజా మందిరం నుంచి లలితాదేవి పూజ చేసిన కుంకుమ నాకు ఇచ్చారు. ఈ పైన సలహా కూడా చెప్పారు. "మీ ఆధ్యాత్మిక సంపద అనర్హుల కందకుండా జాగ్రత్త పడండి," అని! అమ్మా! ఎవరు అర్హులు, ఎవరు అనర్హులో నిర్ణయం చేసే శక్తి ఈ చిన్నపాప కెక్కడిది? నాకే అర్హత ఉందని నీ అపార కృపా కటాక్షం వెన్నెలలా నాపై కురిసింది. తప్పటడుగులు వేసాను. 'అమ్మా' అని ఏడ్చాను. కాసేపు ఎత్తుకున్నావు. లాలించావు. అన్నీ, అందరినీ మరిపించావు. దించి మళ్ళా నా చేయి పట్టుకుని నాతో నడిచి నాకు నడక నేర్పించావు. "ఇక నీ అంతట నీవే నడువు. నేనెందుకు?" అని నీవు అప్పుడప్పుడు అంటే, నేను నాకంత శక్తి ఉందా అని సందిగ్ధంలో పడతాను.

6 జనవరి 2001.

ఉదయం ధ్యానం ఎంతో చక్కగా ఉంది. రెండు గంటల పాటు ప్రపంచం మర్చిపోయాను. 'మానిని మానవా' శ్లోకంతో ఒకప్పుడు కనిపించిన విష్ణుమూర్తి ఇప్పుడు దివ్యమైన తేజస్సుతో లేచి కూర్చొని నా వైపే వెలుగులు చిమ్ముతున్నాడు. ఆ దృశ్యాన్ని వర్ణించటానికి నాకు శక్తి చాలటం లేదు. తర్వాత సాయంత్రం పేపర్ చూస్తుంటే తెలిసింది, ఈ రోజు వైకుంఠ ఏకాదశి (ముక్కోటి ఏకాదశి) అని. దేనికోసమైతే ఎంతో మంది భక్తులు చలిలో, వైకుంఠ ద్వారం వద్ద కష్టనష్టాలకు ఓర్చుకొని పడిగాపులు కాస్తున్నారో, అది నాకు ధ్యానంలో అద్భుతంగా దర్శనమైంది. అసలు ఉత్తర ద్వార దర్శనం అంటే పైన సహస్రారం చేరటమే! ముక్కోటి దేవతలు మన శరీరంలోనే ఉన్నారట! వెలుపలికి వృథాగా వెళుతున్న ప్రాణ శక్తిని సుషుమ్నాలో పైకి మళ్ళించి కూటస్థాన్ని చేరి, సహస్రారాన్ని చూడటమే ఉత్తర ద్వార

దర్శనం. బదరీ నారాయణ గురువుగారు చెప్పారు.ఉత్ అంటే పైన,ఎత్తులో.

19 ఫిబ్రవరి 2001.

ఈమధ్య ధ్యానానందం చాలా కలుగుతున్నది. ధ్యానం చివరికి వచ్చేటప్పటికి, శరీరం తేలికై జెయింట్ వీల్ మీద ఉన్న ఫీలింగ్ వస్తున్నది. ఈరోజు ధ్యానంలో

తెల్లటి గడ్డంతో ఉన్న ఎవరో ఋషి నిల్చోని, చిన్న పరికిణీ జాకెట్ తో చిన్న పాపలా అడుగుపెడుతున్న నన్ను చూస్తూనే, ఎన్నాళ్ళ నుంచో దూరమయిన తన వస్తువును చూసుకుంటున్నంత ప్రేమగా చూస్తూ, ఏదో గుహలోకి, (ఆయన స్థానంలోకి) ఆహ్వానిస్తున్నారు. ఓమ్ లోంచి **'మంగళా'** అని వినిపించింది. నేను మంగళనా? అది ఒక జన్మలో నా పేరా?

26 జూన్ 2001.

ధ్యానంలో ఎదురుగా ఎవరో స్త్రీ కనిపిస్తున్నది. ఎవరు చెప్తున్నారో తెలియలేదు కానీ "**భగవద్గీత చదువుతానని ప్రమాణం చేయి**" అని చెప్తున్నారు. ధ్యానం పూర్తయినాక గీత తెరిచాను. జ్ఞాన యోగం వచ్చింది. "నేను నువ్వు ఎన్నో జన్మలెత్తాము. నావి నాకు తెలుసు. కానీ నీవి నీకు తెలియదు. నేను అవ్యయుడైనప్పటికీ, సర్వేశ్వరుడు అయినప్పటికీ, నేను నా స్వకీయ ప్రకృతిని లోబరుచుకుని నా ఆత్మ మాయతో మళ్లీ మళ్లీ జన్మిస్తుంటాను."

యదా యదా హి.......

పరిత్రాణాయ సాధునాం ....

"కానీ ఈ జన్మకర్మ లేవి నన్ను బంధించవు. ఇలా నన్ను అవి బంధించవని తెలుసుకున్నవాడు నా స్వరూపాన్ని

పొందుతాడు. అలాగే వీత రాగ భయ క్రోధంతో మన్మయా మాముపాశ్రితా అయిన అనేకులు జ్ఞాన తపస్సుతో నన్ను సేవించి పునీతులై నా తత్వాన్ని పొందారు. కర్మఫల త్యాగమనే అవ్యయ యోగాన్ని పాటించి రాజర్షులందరూ నన్ను తెలుసుకున్నారు. కానీ ఈ మహా కాలచక్రంలో పడి ఈ యోగం మరుగున పడింది. రహస్యమైన యోగాన్ని తిరిగి నేను నీకు ఉపదేశిస్తున్నాను. భవ సముద్రాన్ని దాటటానికి నీకు ఇది వారధిలా ఉపయోగపడుతుంది" అని కృష్ణుడు అర్జునునికి చెప్తున్న ఘట్టం వచ్చింది.

14 జులై 2001.

ఉదయం 10:20 గంటలకు ధ్యానంలో:

దేవీ రూప నామవతస్యై.

(అమ్మవారి విశ్వరూప దర్శనంతో) దివ్య జనని విశ్వరూప దర్శనం, చాలా తలలు, చాలా చేతులు, చాలా ఆయుధాలు.

అర్థం: అన్ని రూపాలు అన్ని నామాలు దేవే ధరిస్తుంది.

సందర్భం: బోనాల పండుగ ముందు రోజు రాత్రి క్లినిక్ నుంచి ఇంటికి వెళుతూంటే కల్లుపాకల దగ్గర కూడా విద్యుత్ దీపాలతో ధగధగమంటున్న ఓంకారం కనిపించింది. అమ్మవారికి మాంసం, మద్యం సమర్పించే ఈ తామస పూజకు ఎప్పుడు స్వస్తి చెప్తారో అనుకున్నాను. కానీ అద్భుతంగా ఈ తామస పూజ కూడా నేనే స్వీకరిస్తున్నాను అని తల్లి ఈ శ్లోకంలో చెప్పింది. అన్ని రూపాల్లో, అన్ని నామాల్లో, అన్ని రకాల పూజలు , తామస పూజలతో సహా అందుకుంటున్న మహాదేవికి నమస్కృతులు! నేనెవరిని తప్పు పట్టడానికి?

25 జులై 2001.

తెల్లవారుజాము 1:00 గంటలకు:

సిద్ధిర్ భుయోర్

భుయోర్ అస్తు.(ప్రణస్యతి)

అర్థం: సిద్ధి మళ్లీ మళ్లీ జరుగుతుంది.

సిద్ధస్థితి నుంచి జారి పడిపోవచ్చు. మళ్ళీ మళ్ళీ సిద్ధి పొందవచ్చు. కానీ ముక్తి అనేది శాశ్వత స్థితి. ఒకసారి ముక్తి పొందిన తరువాత కిందకి జారటం అంటూ ఉండదు. సిద్ధికి ముక్తికి ఉన్న తేడా ఎవరో ఋషులు చెప్పినట్లుగా చదివాను. పూర్తిగా వాసనా నాశనం, సంకల్పనాశనం, అహంకార నాశనం అయితే తప్ప ముక్తి రాదు.(రమణ మహర్షి)

29 అక్టోబర్ 2001.

ద్వహి మా అగ్ని

అర్థం: అది అగ్ని! కాలుతుంది. వద్దు!

కర్మ అంటుకోబోయే ఏ పని చేయబోయానో! తల్లి హెచ్చరిస్తున్నది.

13 నవంబర్ 2001 .

రాత్రి 10:40 గంటలకు ధ్యానంలో:

దీ వేశ్చ కాయం మంగళం.

అర్థం:?

18 డిసెంబర్ 2001.

రాత్రి 7:15 గంటలకు:

అహం వస్తు నిభాని పరం ప్రతిష్ఠా.

అర్థం: ఇహంలో నీ అవసరాలు తీర్చేది, పరంలో నిన్ను ప్రతిష్ఠించేది నేనే!

23 డిసెంబర్ 2001.

ధ్యానంలో క్రీస్తు దర్శనం ఇచ్చారు. "**యు ఆర్ ది ఫస్ట్ డిసైపల్ ఇన్ ది ఫస్ట్ ఇయర్**" అని చెప్పారు.

బైబిల్ తీసి వెతకటానికి రెండు రోజులు పట్టింది. న్యూ టెస్టమెంట్ ఇంకా చూడలేదు. ఓల్డ్ టెస్టమెంటులో క్రీస్తు ఫస్ట్ శిష్యుడు సుంకరి మత్తయి అని ఉంది. అంటే 2000 సంవత్సరాల క్రితం నేను మత్తయినా? అందుకేనా చిన్నప్పటినుంచి క్రీస్తు అంటే నాకు చాలా ఇష్టం?! హై స్కూల్ లో ఉన్నప్పుడు రోజూ రాత్రి కొంచెం బైబిలు, కొంచెం భగవద్గీత చదివేదాన్ని. ఎంత అర్థమయ్యేదో నాకు గుర్తులేదు. భగవద్గీత, దశాబ్దాలు గడుస్తున్న కొద్ది ఇంతకుముందు నాకు ఏమీ తెలియదు అని అనిపిస్తుంది. బైబిల్ చదివేదాన్ని, చర్చికి వెళ్ళేదాన్ని. కాన్వెంట్ స్కూల్ ప్రభావం ఏమో అనుకునేదాన్ని. ఇన్నాళ్లు గుడి అంటే ఎంత ఇష్టమో క్రీస్తు అంటే కూడా అంత ఇష్టం ఉండేది.

నాకు క్రియాయోగం ముందు వివరించింది క్రీస్తు. యోగం అనేది కేవలం హిందూ మతానికే పరిమితం కాదు అని అందరూ, ముఖ్యంగా ఇతర మతస్తులు అర్థం చేసుకోవాలి.

క్రీస్తు భారతదేశంలో ,పూరీ లో 'ఇషా' అన్న పేరుతో కొంతకాలం ఉన్నారని, హిమాలయాల్లో బాబాజీ తో గుహల్లో యోగం అభ్యసించారని ,తరువాత టిబెట్ మీదుగా వెళుతూ అహింసా పథాన్ని సాధన చేశారని కొన్ని పాత పుస్తకాల్లో కనిపిస్తుంది. తరువాతే తిరిగి తన వారి మధ్య వారు ప్రత్యక్షమయ్యారట!

క్రీస్తు ప్రేమను నేను ఎన్నో సార్లు చవి చూశాను. ఒకసారి వేరే ఊర్లో ఉన్న మా అమ్మ తనకి కాలుమడిమ చాలా నొప్పి పెడుతున్నది అని ఫోన్ చేసి, మందు అడిగింది. నేను ఆస్పిరిన్ వేసుకోమని చెప్పి తన నొప్పి కోసం ప్రార్థన చేశాను. అమ్మకు గ్లకోమా ఉంది. ఒక కన్ను అసలు కనిపించదు. ఒక కన్నులో చాలా కొంచెం చూపు మాత్రమే ఉంది. అమ్మకు నేను హీల్ చేసిన తర్వాత రోజు నా కళ్ళు కొంచెం మసగ్గా అనిపించాయి. ఆరోజు అమ్మ ఫోన్ చేసి "నాకు చాలా బాగా తగ్గింది. అంతేకాక నా కళ్ళు కూడా బాగా కనిపిస్తున్నాయి" అన్నది. వెంటనే నాకు అర్థం అయింది. ఆ రోజు మళ్ళీ నేను అమ్మకి హీలింగ్ కోసమని కూర్చున్నాను. ఆ రోజు మా అమ్మాయి క్కూడా బాగాలేదు. కానీ అమ్మకు ప్రాధాన్యత ఇచ్చి తన కోసమే చేయటానికి సిద్ధపడ్డాను. అకస్మాత్తుగా నా ముందు ఆకాశమంత ఎత్తు జీసస్ క్రీస్తు కనిపించాడు. నాకు అమ్మకు మధ్యగా. ఆయన చేతుల్లోంచి కాంతి కిరణాలు నా మీదకు ప్రసరించాయి తర్వాత ఆ కిరణాల మధ్యలో ఒకవైపు అమ్మ ఒకవైపు మా అమ్మాయి కూడా తడిచిపోతున్నారు. అప్పుడు అమ్మవారు చెప్పింది **'ఒకేసారి ముగ్గురికి స్వస్థత దొరికింది'** అని. నేను, మా అమ్మ, మా అమ్మాయి. నేనెప్పుడైతే అమ్మాయిని వదిలి అమ్మకు ప్రాధాన్యత ఇచ్చానో, క్రీస్తు ప్రేమగా అందరికీ ఇచ్చాడు. నాకన్ను కూడా బాగయింది. లేకుంటే నేను నా చూపు పోగొట్టుకునే దాన్ని ఏమో! మా అమ్మాయికీ వెంటనే బాగయింది. తర్వాత నేను నామీద ప్రభావం పడకుండా ఎవరికోసమైనా స్వస్థతా ప్రార్థన చేయటం నేర్చుకున్నాను. **ప్రతి సంకల్పంతోనూ కొంత పుణ్యఫలం ఖర్చు అవుతుందని అమ్మవారు చెప్పింది.** ఎవరికైనా స్వస్థత చేసేటప్పుడు, మన ఇచ్ఛాశక్తి వాడకుండా భగవంతుని

అనంత శక్తి నుంచి వారికి శక్తి పంపటం నేర్చుకోవాలి. పైగా పూర్తిగా భగవంతునికి స్వార్పణంతో ఆ పని చేయాలి.

ఓం శాంతిః శాంతిః శాంతిః

2002

నమో గురు పరమ్పరాభ్యాం!

శారద నీరదేందు ఘనసార పటీర మరాళ మల్లికా

హారతుషార ఫేన రజతాచల కాస ఫణీశ కుంద మం

దార సుధా పయోధి సిత తామర సామర వాహిని శుభా

కారత నొప్పు నిన్ను మదిగానగ నెన్నడు కలుగు భారతీ!

..... పోతన.

13 మార్చి 2002 .

ఉదయం 10:35 గంటలకు ధ్యానంలో:

సరస్వతీ మాత దర్శనం. నాలుగు చేతులలో

రుద్రాక్ష, వేదాలు,వీణ,ఆశీర్వచనంతో.

ఓం సనా(తన) భః

స్వస్వరూప మవ బోధిత !

అర్థం: ఓంకారమే సనాతనమైన అగ్ని, అంటే ఓంకారమే భగవంతుడు!స్వస్వరూపము అంటే ఆత్మ స్వరూపము తెలుస్తుంది! ఈ తెలియటం అనేది లోపల నుంచి వస్తుంది, వెలుపల నుంచి వచ్చే జ్ఞానం కాదు. అవబోధిత అంటే అదీ అర్థం. ఉపాధ్యాయులు బోధన చేస్తారు. గురువులు అవబోధన జరిగేట్లుగా సాధన చేయిస్తారు. శిష్యుడు స్వయం జ్ఞానవంతుడు అవుతాడు.

ఆత్మ అనేది చావు పుట్టుకలు లేనిది. ఎండా, గాలి, నీరు, అగ్ని, వాయువు ఏమీ చేయలేనిది. సర్వజ్ఞత్వము కలిగినది. సర్వాంతర్యామి నుంచి ముక్కలై ఉపాధి స్వీకరించి, ఉపాధి ద్వారా వచ్చిన కర్మను అనుభవిస్తున్నది. తన జన్మస్థానం చేరటానికి ప్రయత్నిస్తున్నది. జన్మలలో ప్రయాణిస్తూ తన కంటిన మురికిని శుభ్రం చేసుకుంటూ ఉన్నది. ఇది ఒక దివ్య క్రీడ!

ఎప్పుడైనా ఆత్మసాక్షాత్కారం అనేది ఆత్మానుభూతి తప్ప బయటనుంచి తెలిసేది కాదు).

బృహత్ ప్రృధక్త్వా

బృహత్ ఆత్మా న్

బృహతో మహి.

అదే చాలా గొప్పదిగా చెప్పబడినది! గొప్పదైన ఆత్మ! అదే ఎంతో గొప్పగా గౌరవించబడినది.

19 మార్చి 2002.

మధ్యాహ్నం నిద్రలో బాబా చాలా దగ్గరగా దర్శనం ఇచ్చారు. కాలు మీద కాలు వేసుకుని నా ఎదురుగా కుర్చీలో కూర్చున్నారు. మంత్రాలయ రాఘవేంద్ర స్వామి లోపలికి వచ్చి ,ఆయన చుట్టూ ప్రదక్షిణ చేసిన తర్వాత నాకేసి చూసి "**ఈ అమ్మాయి ధ్యానం బాగా చేస్తున్నట్లున్నదే!**" అన్నారు. నేను చాలా వినయభావంతో చేతులు జోడించి, కొంచెంగా వంగి, "నాలో లోపాలు ఏమన్నా ఉంటే తెలియచెప్పండి." అని అడిగాను. ఆయన ఎంతో ప్రేమగా, దివ్యమైన చిరునవ్వుతో నా ముఖం దగ్గరగా తన శిరస్సు తెచ్చి "**ధ్యానం ఫలిస్తుంది**" అని దీవించారు. కళ్ళు తెరిచాను. చాలాసేపటి వరకు ఆ ఆర్ద్ర భావన నా కళ్ళను తడి ఆరకుండా చేసింది. యోగులకు ఎంత దయ! మనం

వారినే తలవక్కర్లేదు. ఆధ్యాత్మిక సాధన చేస్తున్న అందరికీ, పిలిస్తే పలికే సమూహం యోగుల సమూహం! నేను అమ్మవారిని ధ్యానం చేసుకుంటుంటేనే యోగులందరూ ఎవరికి వారే వారి వారి దర్శన, ఆశీర్వాదం ఇచ్చారు.

29 ఏప్రిల్ 2002.

అవదీప్తిమామ్(తు).

చిన్నమ్మాయి ఇంజనీరింగ్ ఎంట్రెన్స్ పరీక్ష ముందు రోజు మధ్యాహ్నం, తన కోసం ధ్యానం చేస్తుంటే, తల్లి ఎడమ చేతిలో తాళపత్రాలు పట్టుకొని, కుడిచేత్తో తెగ తిరగేసి, చాలాసేపటికి అవదీప్తి మాం(తు) అని చెప్పింది. దీప్తి మానవులకు సంబంధించింది. అవదీప్తి భగవంతుడికి సంబంధించింది. నన్ను దీప్తిమంతం చేస్తావు అని అర్థం చెప్పారు మూర్తిగారు. అంటే నా కీర్తి పెంచుతావు అనట! ఇప్పుడు ఇన్ని సంవత్సరాల తర్వాత, నేను అర్థం చేసుకున్నది, నాలోపల ఉండే అమ్మను నేను దీప్తిమంతం చేస్తాను అని. అంటే ఆత్మను ప్రకాశవంతం చేసుకుంటాను అని!ఆత్మ రాజ్యాన్ని స్థాపించుకోగలుగుతాను అని. అంతేకానీ అమ్మవారి వైభవానికి నేను కలిపేదేముంది? నా ఆత్మ వైభవాన్ని నేను తెలుసుకుంటే చాలు! అమ్మ వైభవం అంటే అదే!

7 మే 2002.

ధ్యానంలో తల్లి తన కుడి చేతి 3 వేళ్ళు చూపి చెప్పింది:

లవ్-కంపాషన్-ధీరత అని.

అర్థం: ప్రేమ-కరుణ-ధైర్యము.

అవి నా మార్గదర్శకాలుగా చేసుకోమని ఆదేశించింది.

8 మే 2002.

సుధీర!

ఉదయం ధ్యానంలో సుధీరా! అని పిలిచింది. ధీరత అనేది మానవ ప్రకృతికి సంబంధించింది. సుధీర అన్నది, ఇంతకుముందు తెలియని ఆధ్యాత్మిక పథంలో నడవటానికి చూపే ధైర్యం. ఫిబ్రవరి 1996 లో 'ధీర!' అని పిలిచింది. ఇప్పుడు 'సుధీరా!' అని పిలిచింది. దాని గురించి చెబుతూ, మూర్తి గారు"ఆధ్యాత్మిక పథం చీకటిగా ఉంటుంది కదమ్మా! అక్కడ ఎవరూ ఉండరు మనకి మార్గదర్శకం చేయడానికి. అందుకని చాలా ధైర్యం కావాలి "అని చెప్పారు.' 'ఊ' అని ఫోన్ పెట్టేసాను. కానీ, 'ఎవరూ లేకపోవడమేమిటి మార్గదర్శనం చేయటానికి, గురుదేవులు ఉండగా?' అని అనుకుంటూ ఉండగా ఒక్కసారిగా యోగానంద గురుదేవులు సింహం జూలు విదిలించినట్లుగా మరీ తన జుట్టు విదిలించి ఆయన మొహం చూపించారు. **"ఓ! యా, హియర్ అయాం!"** అంటూ! ఎంత గొప్పదైన అనుభవం! ఆయన ముఖం పరిపూర్ణానందంతో వెలిగిపోతున్నది. పెదవులు విచ్చుకున్నాయి. పళ్ళన్నీ కనిపిస్తున్నాయి. ఆయన మీద, ఆయన నాకు తోడుగా ఉన్నారు అన్న నా నమ్మకానికి ఆయన ఎంతో ఆనందపడుతున్నట్లుగా, ఎంతో గర్వపడుతున్నట్లుగా ఉంది. తండ్రి ప్రశ్నలు వేసి సరైన సమాధానం చెప్పిన కొడుకుని చూసి శెభాష్ బిడ్డా!అంటున్నట్లు ఉన్నది. నా గురువు, నా దైవం, నాకు తోడు, నా తరణోపాయం.

“శరీరంతో ఉన్న గురువు కావాలి” అన్న రామ జోగేశ్వరరావుగారి మాటలు పూర్తిగా సత్యం కాదేమో! నాకు యోగానంద గురువుగారు శరీరంతో లేని లోపం ఎప్పుడూ తెలియలేదు!

10 డిసెంబర్ 2002 .

ఉదయం 10:00 గంటలకు ధ్యానంలో:

వి(ఇ)భాసా జాతి రత్నాః

దత్తాత్రేయ దర్శనం.

అర్థం:?

2003–2007

నమో గురు పరంపరాభ్యాం!

ఎవ్వనిచే జనించు, జగమెవ్వని లోపల నుండు లీనమై,

ఎవ్వని యందు డిందు, పరమేశ్వరుడెవ్వడు, మూల కారణం

బెవ్వ డనాది మధ్య లయుడెవ్వడు, సర్వము తానెయైన వా

డెవ్వడు వాని నాత్మభవు నీశ్వరు నే శరణంబు వేడెదన్.

పోతన.(భాగవతము)

10 జనవరి 2003.

మధ్యాహ్నం 2:45 గంటలకు ధ్యానంలో:

ముందు శివపార్వతులు పక్కపక్కనే కనిపించారు. వెంటనే వారదృశ్యమై కల్యాణ వెంకటేశ్వరుడు వజ్రాల కిరీటంతో, ఎడమ చేతి వైపు లక్ష్మీ అమ్మవారితో, అద్భుతమైన చిరునవ్వుతో దీవిస్తూ నన్ను చూస్తూ నిల్చొని కనిపించారు. ఆ ఆనందాన్ని నేను వర్ణించనూ లేను. ఏ విధంగానూ వ్యక్తీకరించనూ లేను. నేను అమ్మవారి ధ్యానమే చేస్తున్నాను. కానీ ఈ కళ్యాణ వేంకటేశ్వరుడి కమనీయ దర్శనం కలగటానికి ఏం భాగ్యం చేసుకున్నానో అనుకున్నాను. కానీ రాత్రి ధ్యానంలో అర్థమైంది. 19వ తారీకు ఈసారి ముక్కోటి

ఏకాదశి. ఎంతోమంది పడిగాపులు గాచి పొందే వైకుంఠ ద్వార దర్శనం, పోయిన సంవత్సరం లాగే ఈ సంవత్సరమూ ప్రసాదించాడన్నమాట! ఎప్పుడూ అనంతశయనుడిలా కనిపించేవాడు. ఈసారి నా నట్టింట సిరులతో కొలువయ్యాడేమో! రాస్తుంటేనే కన్నీళ్లు వస్తున్నాయి.

5 ఏప్రిల్ 2003.

31మార్చి 2003 న 'సాయి హెల్త్ సర్వీసెస్ ట్రస్టు' ఐ.టీ నెంబర్ వచ్చింది. కానీ నాకు తెలియనిదల్లా ట్రస్ట్ అయితే చాలా స్ట్రిక్ట్ గా అకౌంట్స్ మెయింటైన్ చేయాలని. చాలా చికాకనిపించింది. బాబా చెప్పినందుకు అది రిజిస్టర్ చేశాను. కానీ ఈ తలనొప్పులన్నీ పడటానికి నేను సిద్ధంగా లేను. ఇన్నాళ్లు హాయిగా నాకు ఇష్టమైనట్లు సర్వీస్ చేస్తూ వచ్చాను. నా డబ్బే కాబట్టి నేనెవరికీ సమాధానం చెప్పవలసిన పని లేదు, బాబాకి తప్ప. ఇప్పుడూ నాదే అయినా కూర్చొని లెక్కలు రాయాలంటే జీవితంలో కొంత భాగం వ్యర్థం అనీ, ఐ.టి .వాళ్ళకి ప్రతిదానికి సమాధానం చెప్పాలని చాలా చికాకు పడ్డాను. 'బాబా! ఎందుకు ఈ హెల్త్ సర్వీసెస్ రిజిస్టర్ చేయమని ఆదేశించావు?' అని ఆక్రోశించాను. అందుకు బదులుగా,

నిన్న ఉదయం ధ్యానంలో........ ఎంతో చక్కటి ధ్యానం!

అందులో క్రీస్తు దిగివచ్చి నా వెనక నిల్చొని తన రెండు చేతులూ నా చుట్టూ, నాకు తగలకుండా వలయం లాగా పెట్టాడు. "**యు ఆర్ నాట్ ఆన్సర్ బుల్ టు ఎనీ వన్" (నువ్వు ఎవరికీ సమాధానం చెప్పవలసిన అవసరం లేదు)**అనే మాట మూడుసార్లు మళ్ళీ మళ్ళీ చెప్పాడు. ఎదురుగా బాబా తన కుడి కన్ను గుడ్డు పీకి నా మీదికి విసిరేశాడు. అది వేయి కనుగుడ్లై నా చుట్టూ వలయాలుగా నిలబడ్డాయి. **వేయి కన్నులతో నిన్ను కాపాడుతాను** అని

అభయం కాబోలు. ఇక నాకెందుకు భయం? ఆయననే పగ్గాలు తీసుకోనీ. 'ఆయన దయ' అనే రథంలో నేను కూర్చుంటాను. నా సేవా కార్యక్రమాలు వారిని ఎంతో సంతోషపరిచాయని నాకు అర్థమైంది.

నా ప్రియమైన గురువులందరికీ ధన్యవాదాలు!

13 జులై 2003.

గురు పూర్ణిమ. రాంచీ యోగదా ఆశ్రమంలో.

ఇదే మొదటిసారి ఆశ్రమం రావటం. గురుపూర్ణిమ, జన్మదినం రెండూ ఒక్క రోజే వస్తున్నందుకు ఈ ప్రయాణం పెట్టుకున్నాను. దానికోసం ఎన్నో పనులు సవరించుకొని పరిగెత్తి పరిగెత్తి చేసి చేసి రైలు ఎక్కాను. ఒంటరిగా ఎలా వెళ్తాను అని ఇంట్లో అందరూ ఆశ్చర్యపోయారు. నాకు తోడుగా ఇంకో సభ్యురాలు వచ్చారు. ఆ ముందు రెండు రోజులు పని చాలా ఎక్కువయి కళ్ళు తిరిగి వాంతులు కూడా అయ్యాయి. స్టెమిటిల్ మాత్ర వేసుకొని సిద్ధమయ్యాను. రైల్వే స్టేషన్లో మళ్ళా కళ్ళు తిరిగాయి. మరో స్టెమిటిల్ మాత్ర నోట్లో పెట్టుకుని, 'నాకు తెలియదు గురుదేవా! నేను వస్తున్నాను' అని బయలుదేరాను. జీవితంలో తీసుకున్న ఏ గ్రేడ్ నిర్ణయాలలో ఇది ఒకటి. ముందు ముందు ఆధ్యాత్మిక పథంలో ఒంటరిగా అయినా పోవటానికి సిద్ధపడ్డాను. ఈ ప్రయాణంలో ఎన్నో నేర్చుకున్నాను.

15 జులై 2003 .

ఉదయం 5:15 గంటలకు రాంచీ ఆశ్రమంలో:

సర్వతోంభవ!(ధ్యానంలో.)

వంటింటి దగ్గర వాసంతీమాత ఆఫీసు గదిలో ఆమె కుర్చీకి ఎదురుగా ఉన్న బల్లకి ఒకవైపునే ఇద్దరూ కూర్చొని పెద్ద

మగ్గులలో టీనో మరేదో తాగుతూ బాబాజీ ,క్రీస్తు కనిపించారు. ఇద్దరూ ముచ్చట్లాడుకుంటున్నారు. వారి చేతులలో మగ్గులున్నాయి. ఇంతలో బాబాజీ ముఖం నాకు చాలా దగ్గరగా చిరునవ్వుతో కనిపించింది. ఆయన పెదవుల లోంచి ఈ ఆశీర్వాదం వచ్చింది 'సర్వతోంభవ' అని. చాలా అద్భుతమైన దర్శనం. నా ప్రయాణం సఫలం అయింది.

అర్థం: సర్వతో అన్నది భగవంతుడి గుణం. అలా అని నన్ను ఆశీర్వదించటంలో వారి ఉద్దేశం, ఆత్మానుసంధానం సఫలం కావాలని , ఆత్మస్థితిలో నిలబడగలగాలని!

16 జులై 2003. ధ్యానంలో:

ఓం సః

శ్రీ యుక్తేశ్వర్ గిరి గురువులు పద్మాసనంలో కనిపించారు. వారి ఎడమ అరచేయిలో కుడి చేతి చూపుడు వేలుతో దేవనాగరిలో **ఓం సః** అని రాసి దాన్ని నాకు చూపారు. నా జన్మ ధన్యమైంది.

అది దేవనాగరి లిపి. స్వామిజీ అది ఓం స్వాహా కావచ్చు అన్నారు. దేవనాగరిలో సహా, స్వాహా తేడా నేను గమనించానో లేదో! నాకంతటి పరిజ్ఞానం లేదు. నేను దర్శించిందే నేను చెప్పాను.

అర్థం: ఓంకారమే బ్రహ్మం. ఓంకారమే భగవంతుడు.

రాంచి ఆశ్రమంలో కిచెన్ ఇంచార్జిగా ఉన్న వాసంతిమాతానే ఒక బెంగాలీ బ్రహ్మచారి గారికి చాలా భాషలు వచ్చనీ, వారిని సంప్రదించమని సలహా ఇచ్చారు. అదృష్టవశాత్తు వారికి సంధ్యా భాష తెలుసు. సంధ్యా భాషలో ఉన్న చాలా శ్లోకాలకి అర్థం వారే చెప్పారు. వారి నుంచి నాకు ఎంతో సహాయం లభించింది .వారి సమయాన్ని నా కోసం చాలా వెచ్చించారు. వారు అజ్ఞాతంగా ఉండటానికే ఇష్టపడ్డారు.

25 మార్చి 2003. రాత్రి 11:15 గంటలకు:

స్వాధీన మే వహో

భవాని మే వహో

కారుణ్య దేహి వో

అర్థం:?

29 ఏప్రిల్ 2004. ఉదయం 6:40 గంటలకు:

సరస్వతీనాం

జ్ఞాని నా దోషాం

అర్థం:?

1 అక్టోబర్ 2004. రాత్రి ధ్యానంలో:

"కష్టము ,సుఖము ఒకలాగే చూడటం అలవాటు చేసుకో." అని స్పష్టంగా చెప్పింది.

నేను సుఖంలో పొంగిపోయే మాట నిజమే కానీ కష్టంలో క్రుంగి పోవల్సిన అవసరం ఏముంది నువ్వున్నాక? కానీ నాకు సమతత్వం రావడానికా యీ బోధ!

21 అక్టోబర్ 2004.

00:20 గంటలకు అంటే 20 రాత్రి 12:20కి, అది దుర్గాష్టమి. **నిద్రలో రామకృష్ణ పరమహంస దర్శనంతో** మెలకువ వచ్చింది. కోడలు పురిటి నొప్పులతో హాస్పిటల్లో అడ్మిట్ అయినట్టు రాత్రి తెలియటంతో ధ్యానం చేసుకునే పండుకున్నాను తర్వాత పాప కరెక్ట్ గా 12:20కి పుట్టినట్టుగా ఫోన్లో తెలిసింది.

డిసెంబర్ 2004.

ఈనెల మొదటి వారంలో, మధ్యాహ్నం మూడు గంటల ధ్యానంలో, "**మూడో శుక్రవారం వరకు**" అని వినిపించింది. తారీకు లెక్క వేస్తే 24 డిసెంబర్ 2004 అని తేలింది. ఏమవుతుందో అని భయపడ్డాను. కానీ 23 డిసెంబర్ 2004న ఉన్నట్టుండి నేను ఫోన్ చేయటం, అది బిల్డర్ కి వెళ్లటం, మావారు దగ్గిర లేకుండానే నేను ఫ్లాట్ తీసుకోవటము, టైం కి అడ్వకేట్ కూడా ఉండటం అన్నీ జరిగిపోయాయి. చాలా మంచి పని చేశానని ఇప్పుడు అర్థం అవుతుంది. అలాగే 24 డిసెంబర్ 2004 మధ్యాహ్నం శుక్రవారం పూజ చేసుకొని పండుకుంటే, **"ఈరోజు తారీకు రాయి. 'పది రోజుల్లోనో' అనో '10 వరకు' అనో పదేపదే "రాయి, రాయి" అని పుస్తకం చూపించింది అమ్మ.**

అలాగే పదో తారీకు కల్లా అగ్రిమెంటు పూర్తి చేసుకున్నాము. టైంకు తను ఢిల్లీ కాన్ఫరెన్స్ లో ఉండటంతో, అమ్మవారి అంతర్వాణి ధైర్యంతో చాలా పెద్ద నిర్ణయం తీసుకున్నాను. అది ఇప్పుడు నాకు ఎంతో ఆసరాగా ఉంది. అది అమ్మవారి రిటైర్మెంట్ ప్లాన్ నాకోసం. ఇవి కూడా ఎందుకు చెప్తున్నాను అంటే నా తల్లి ఆధ్యాత్మిక పథంలోనే కాకుండా దైనందిన జీవితంలో కూడా నాకోసం ఎన్నో అమర్చింది.

1 ఫిబ్రవరి 2005. ఇది చాలా లోతైన ధ్యానంలో ఉన్నప్పుడు కలిగిన దర్శనం.

తాళపత్ర గ్రంథాల రచనలో మునిగిపోయిన ముద్దువినాయకుడు తలెత్తి

"నీకు రసగో చాలా ఇచ్చాం కదా" అని ముద్దుగా నవ్వాడు. తనతో పక్కనే ఉన్న అమ్మవారు కూడా **"అవును కదా!"** అంది నా వైపు మాతృ దృష్టి కురిపిస్తూ, నవ్వులు చిందిస్తున్నట్లు కనిపించింది.

అర్థం: మూర్తిగారిని అడిగితే, రస వో వై య సః అంటే భగవంతుడు అమృతమూర్తి.

రస అంటే అమృతం. గో అంటే జ్ఞానం (నిర్గుణ పరబ్రహ్మ). ఎంత అద్భుతమైన అర్థము!

అంటే జ్ఞానామృతము లేదా నిర్గుణ పరబ్రహ్మామృతము చాలా ఇచ్చేసాను కదా, నీ ధ్యానం సిద్ధించింది. అని. నా ఇన్ట్యూషన్ (సహజావబోధన) చాలా పెరిగినట్లు కనిపిస్తున్నది. కానీ వ్యక్తిత్వ లోపాలు చాలా భూతద్దంలో లాగా కనిపిస్తున్నాయి. సామాజిక పరిచయాలు, లాంఛనాలు అనుసరించటానికి నా వల్ల కావడం లేదు. నా సమయం సరిపోవటం లేదు. మనసూ ఇష్టపడటం లేదు.

12 మార్చి 2005.

మాయను గెలిచే జ్ఞానం ఉంటే

కర్మ తాకదు, గ్రహబలం ఏమీ చేయదు.

వినిర్గో నభయ అంటే అదే కదా! మాయను గెలిచాము అంటే సంసారం దాటినట్లే కదా!

మార్చి 2005. ధ్యానంలో:

పరం అస్మిన్ బ్రహ్మః

అర్థం: ఇహంలో ఉంటే సరస్వతి, పరంలో ఉంటే బ్రహ్మ!

చక్కటి భావాలు. చక్కటి దీవెనలు. కానీ నాకే ఇంకా సమత్వం రావాలి అనిపిస్తుంది.

14 ఏప్రిల్ 2005.

న తానిం మిం.

అర్థం: నా తాన్ ఇమం ఇమం!

నువ్వు ఇది కాదు .ఇదీ కాదు. ఒక రకంగా నేతి నేతి! ఈ కనిపించేది ఏది నేను కాదు. కనిపించే స్వభావము నేను కాదు. నేను వీటికి అతీతమైన నేను.

21 జులై 2005 . రాత్రి 11:08 గంటలకు:

ఓం ...గా...మా..ఇద్యా.

అర్థం:?

18 ఫిబ్రవరి 2006.

బుధ్యతి కిం?

అర్థం: బుద్ధి కి పైన ఏమిటి?

ఒక వ్యక్తి వాళ్ళ తల్లిదండ్రులను అనవసరంగా కసురుకుంటున్నాడు, విసురుకుంటున్నాడు. నేను కోప్పడ్డాను. "గౌరవించవలసిన వాళ్ళని గౌరవించకపోతే కళ్ళు పోతాయి, జాగ్రత్త!" అన్నాను చాలా స్ట్రాంగ్ గా. అది నా నోటికి ఎలా వచ్చిందో నాకు తెలియదు. తర్వాత నా నోట్లోంచి కళ్ళు పోతాయి అనే శాపనార్థాలు వచ్చినందుకు బాధపడ్డాను. ధ్యానంలో అమ్మవారు ఈ మాట చెప్పింది. మూర్తిగారికి ఫోన్ చేస్తే అర్థం చెప్పారు.

బుద్ధికి పైన ఏమిటి అని అర్థం. బుద్ధికి పైన భగవంతుడే, అంటే ఆయన ఆడిస్తేనే నేను ఆడాను అనుకున్నాను.

సందర్భం తెలిసిన తరువాత మూర్తిగారు "కాదమ్మా! వాళ్లు సహనం కోల్పోయినా మనం నిగ్రహంగా ఉండాలి. ప్రేమతోనే చెప్పాలి!" అన్నారు.

23 మార్చి 2006 .

ఉదయం 7:30 గంటలకు:

మా గస్త్య ఆగస్త్య చ గాయత్రి

మాస్తన్య అస్తన్యచ

అగస్త్య గాయత్రీ.

అర్థం: (శక్తి) వెలుపలికి వెళ్లకుండా జాగ్రత్త తీసుకో. అప్పుడు గాయత్రి నీలోనే ఉంటుంది.. (మూర్తిగారు)

1 ఏప్రిల్ 2006.

నాం తు మితి

అర్థం: నువ్వు 'ఇది' కాదు.

నా లోపాల గురించి నేను బాధపడితే అవి నేను కాదు అని అమ్మవారు పదే పదే ధైర్యం చెబుతోంది. నా అసలు 'నేను' ఈ లోపాలకి అవతల ఉన్నాను!

21 జూన్ 2006.

బలారమేయ ఇంద్రియాః

అర్థం: ఇంద్రియాల బలం సాటి లేనిది.

అప్పుడు నేను నా ఇంద్రియాలతో యుద్ధం చేస్తున్నాను. ఇంద్రియ నిగ్రహం కోసం ప్రయత్నిస్తున్నాను.

25 జూన్ 2006.

ఉదయం 4:00 గంటలకు ధ్యానంలో:

శివలింగాన్ని చుట్టుకుని అనేక జంట సర్పాలు.

మే జీ లావు. (సంధ్యా భాష)

అర్థం: నా నుంచి శక్తి తీసుకో (స్వామిజీ అర్థం చెప్పారు) ఏడేళ్ల తర్వాత రాంచి ఆశ్రమానికి వెళ్ళినప్పుడు ఈ అర్థం తెలిసింది.

21 మార్చి 2007 .

రాత్రి 11:00 గంటలకు ధ్యానంలో:

దాస దాస్యాం పీటలాభ్యాం.

అర్థం: సేవకులను బాధించవద్దు. సేవకులకు సేవకురాలివికా!

13 ఏప్రిల్ 2007 .

సు భద్రా దేవి సర్వాణి.

అర్థం: అందరితోనూ మిత్ర భావంతో వ్యవహరించు!

5 మే 2007.

కే రు మతి

ధార చైతన్య.

శంకరాచార్యుల వారు, బాబాజీల దర్శనం.

అర్థం:?

23 మే 2007.

బ్రహ్మలోక గర్జన

గర్జన సన్ముఖీ

అర్థం: బ్రహ్మలోక గర్జన అంటే ఓంకారము ఆ సత్య వస్తువు (సద్వస్తువు)యొక్క ముఖము నుండి వస్తున్న గర్జన (శబ్దము).

బ్రహ్మలోక గర్జన అంటే ఓంకారము అని 10 జులై 2020న "రామకృష్ణ పరమహంస భాషణం" చదివితే అర్థమైంది. అది వారి నోట్లోంచి వచ్చిన అర్థం. అంటే 13 సంవత్సరాలు తరువాత!

16 జూన్ 2007.

రాత్రి 9:45 గంటలకు:

శుభం దోషం నస్తువే.

అర్థం: ఒకటి శుభము ఒకటి దోషము అంటూ లేవు. శుభాశుభాలు లేవు.

ఆయమో ఆయమ మిత్రాని సర్వాని...

అర్థం: అదే, అదే (ఆత్మ) సర్వులకూ మిత్రము.

2008-2010

నమో గురు పరంపరాభ్యాం!

అంబుజోదర దివ్య పాదారవింద

చింతనామృత పాన విశేష మత్త

చిత్తమేరీతి నితరంబు జేరనేర్చు!

వినుత గుణశీల ,మాటలు వేయునేల?

పోతన.(భగవద్గీత).

జనవరి మొదటి వారం 2008.

శ్రీయోగానందగురుదేవుల జన్మ దినోత్సవ వేడుకల్లో జనవరి 2 నుంచి 6 వరకు మెడికల్ వాలంటీర్ గా చేశాను. గురుదేవుల వచ్చే జన్మదినోత్సవానికల్లా ఆయన పేరు మీద వ్యక్తిగత సేవా కార్యక్రమం మొదలు పెట్టాలని నిశ్చయించుకున్నాను. ఇప్పటికే 1996 నుంచి వృద్ధులకు ఉచిత వైద్య సేవలు ఇస్తున్నాను. సాయి హెల్త్ సర్వీసెస్ ట్రస్ట్ కింద వారికి ఫ్రీగా మందులు, కాటరాక్ట్ ఆపరేషన్లు జరుగుతున్నాయి. 'ఇక వచ్చే ఏడాది నుంచి గురుదేవుల పేరు మీద అనాధాశ్రమాల సేవ పెట్టుకుందాం' అని అనుకున్నాను. నా సంపాదన లోకం దృష్టిలో మామూలుగా అనిపించినా , నాకు ఎప్పుడూ పుష్కలంగానే అనిపిస్తుంది. గురువుగారి కోసం నేనేమన్నా చేయాలి అని నిశ్చయించుకున్నందుకేమో దయామాత చాలా

సంతోషించింది. ధ్యానంలో చక్కటి దర్శనంతో, ప్రేమ పూర్వకమైన చిరునవ్వుతో

"మై ఎఫెక్షన్" (నా ప్రేమ నీ పై ఉంది) అని చెప్పింది. ఏదో పెద్ద పుస్తకం కూడా కనిపించింది.

ఆ పుస్తకం ఇదేనేమో అని ఇప్పుడు అనిపిస్తున్నది. కానీ ఈ పుస్తకం చాలా చిన్నది.

3 ఏప్రిల్ 2008. రాత్రి 10:40 గంటలకు ధ్యానంలో:

బహవో జ్ఞానాతీతా.

అర్థం: జ్ఞానాతీతం అంటే మోక్షం. అంటే మోహక్షయం . జ్ఞానానికి అతీతంగా ఎందరో ఉన్నారు. అంటే జ్ఞానాన్ని దాటి!ఎందరో జీవన్ముక్తులు పిచ్చి వాళ్ళ లాగా, పిశాచాల్లాగా, బాలకుల్లాగా కనిపిస్తారని (వారి ప్రవర్తనతో) ఉపనిషత్తు అందుకే చెప్తుందేమో! వారు జ్ఞానానికి అజ్ఞానానికి అతీతులు. ఎందుకంటే సత్య వస్తువు(శుద్ధ జ్ఞానం) ఆ రెంటికీ అతీతం.

10 ఏప్రిల్ 2008. రాత్రి 10:45 గంటలకు:

మిత్రానాం

చేత సామ్

అభిధీయతే.

అర్థం:?

19 ఏప్రిల్ 2008.

ఉదయం 8:10 గంటలకు:

గొష్ఠం తా యితి.

అర్థం: యోగం వలన కలిగిన వేడి ఇది.

కొన్ని రోజులు వరుసగా ధ్యానం తర్వాత శరీరం విపరీతంగా వేడెక్కిపోయేది. జ్వరం వచ్చిందేమో అనుకున్నాను. దానికి అమ్మవారి సమాధానం.

27 ఏప్రిల్ 2008.

చిన్నమ్మాయి వివాహ ప్రధానం ఇంకా రెండు రోజులే ఉంది. అకస్మాత్తుగా నాకు 'యట్రియల్ ఫిబ్రిలేషన్' వచ్చింది. అంటే గుండె స్పందన క్రమంగా ఉండేది కాదు. నిల్చుంటే రక్తపు పోటు తగ్గిపోయి కళ్ళు తిరిగేవి. ఆరోగ్య గర్వం హరించడానికే ఈ పర్వం అని అర్థమైంది. టైం దగ్గర పడుతున్నదని, 'నహి నహి రక్షతి డుకృంకరణే 'అని గుర్తు చేయడానికి ఈ మేలుకొలుపు.

"ఇక నిద్రలే తల్లీ! శరీరం నశించాల్సిందే. సూర్యుడు అస్తమించక ముందే నీవు చేయాల్సిన ముఖ్యమైన పనులు చేసేయి. అనవసరమైన వాటి మీద సమయం వృథా చేయొద్దు" అని అమ్మ చెప్పినట్లు అయింది.

"అలాగేనమ్మా! నేను చేయవలసింది ఏమిటి ఇంకా?"

"సరస్వతి గీత పూర్తి చేయి"

"తల్లీ! నీవు చెప్పిన సత్యాలని అర్థం చేసుకుని, వివరించి భావితరాలకు ఇవ్వగలిగేంత జ్ఞానం నాకు ఉందా తల్లీ!"

తరువాత వరుసగా మూడు రోజులు పాటు అమ్మవారు యజ్ఞం చేస్తున్నట్లే ముందు హెూమం, కుడి చేతిలో గరిటతో మహాదేవి దర్శనం ఇచ్చింది. మూడు రోజుల ధ్యానంలోనూ అలాగే కనిపించింది. నాకా శక్తి రావటానికై యజ్ఞం ఆమె చేస్తున్నదా!? మాతృకృప!

22 సెప్టెంబర్ 2008 . రాత్రి 2:30 గంటలకు:

ఆత్మ య్యజో భద్రం పశ్యతి!

అర్థం: ఆత్మ ఏద్రైతే ఉందో దానిని భద్రంగా చూసుకో! అంటే ఆత్మ అనే అద్దాన్ని ఆవరించి ఉన్న అజ్ఞానాన్ని, మాయని, మురికిని శుభ్రంగా తుడుచుకో! అంటే మనసుని శుద్ధం చేసుకో! ఆత్మశక్తిని జాగ్రత్తగా కాపాడుకో! ఇవన్నీ చేయవలసిందీ మనసే!

20 ఫిబ్రవరి 2009.

భూతాని బుద్ధేచ

మత్త దుర్గానిచ

అర్థం: సర్వ ప్రాణులలో ఉన్న బుద్ధి నా చేతనే కాపాడబడుతున్నది.

సంకల్ప వికల్పాలతో మనల్ని సంకటంలో పడేసే మనస్సు కి ఏది మంచి ,ఏది చెడు అనే వివేకాన్ని తెలిపే బుద్ధి నిర్ణయాత్మకమైనది. అది కేవలం భగవంతుడి రక్షణలోనే ఉన్నది. దాని సహాయంతోనే మనం ఆమెని చేరాలి!

23 ఫిబ్రవరి 2009.

శివరాత్రి.జాగారం తర్వాత స్నానం చేసి, బ్రాహ్మీ ముహూర్తంలో ధ్యానం చేస్తుంటే లాహిరీ మహాశయ కనిపించారు. కాంపౌండ్ గేట్ తీసుకొని ఇంటి ముఖ ద్వారం దగ్గరికి వస్తున్నారట! సంభ్రమం కలిగింది. నా అంతర్ మథనం గృహస్థ గురువుని తాకిందా?! నా అదృష్టం!! కారడివిలో దారి తెలియకుండా ఉన్నట్లుంది ఇప్పటి పరిస్థితి. నాకు మార్గదర్శనం కావాలి. నా ఆలోచనలో తప్పు నాకు అర్థం అయ్యీ కానట్టుగా ఉంది.

కర్తయా నాశయా

భజామి ఈశ్వరం.

అర్థం: సర్వానికి కర్త అయిన వాడూ, నాశనం చేసేవాడూ అయిన ఈశ్వరుని స్మరించు! అంటే రెండూ ఆయనే!

ముగ్గురు పిల్లలు ఒక్కొక్కళ్ళు ఒక్కొక్క సమస్యతో ఉన్నారు.

"కష్టం, సుఖం సమానంగా తీసుకోవడం నేర్చుకో!" అని అమ్మ చెప్పింది. నువ్వు నా కష్టాన్ని చూడలేనట్లే, నేను నా పిల్లల కష్టాన్ని చూడలేనమ్మా. ఆర్ద్రత లేని జ్ఞానం ఎండిపోయిన నేలలా కనిపిస్తుంది.

షిరిడి సాయి చూపుడువేలు పైకెత్తి

" **బ్రహ్మ ఒక్కడే". **అని చెప్పారు.

పుట్టపర్తి సాయి దర్శనం, ఆయన వేళాకోళం!

"సరస్వతికి మరో ఈశ్వరుడు కావాలిట!"

నా ఆత్మ తప్ప మరో ఈశ్వరుడు ఎక్కడున్నాడు అని గుర్తు చేస్తున్నారు.

ఈశ్వరుని నాలోనే ఉంచుకొని మరి ఎక్కడో వెతకడం ఎందుకు?

13 జూన్ 2009 — 18 జూన్ 2009.

మొదటిసారిగా నేను ఒక స్నేహితురాలితో కలిసి దక్షిణేశ్వరం యోగదా ఆశ్రమం వెళ్ళాను. వెళ్తూనే రిసెప్షన్లో తాళం చెవి తీసుకుని గదికి వెళ్ళాము. తర్వాత విరాళం సొమ్ము పారేస్తానేమో అనే భయంతో వెంటనే అవి తీసుకొని కవర్లో పెట్టి రిసెప్షన్ దగ్గరికి వెళ్తే, అమరానంద స్వామీజీ రిసెప్షన్ వద్ద మా గురించే ఎంక్వైయిరీ చేస్తూ కనిపించారు. స్వామి శాంతానందజీ "ఎవరైనా వచ్చారా" అని వాకబు చేశారట. "మీరు వస్తున్నట్లు వారికి లెటర్ రాశారా ఏమిటి?" అని అడిగారు. అక్కడికక్కడే ఇద్దరం చెరొక సోఫాలో కూర్చుని పలకరింపులు చేసుకుంటున్నాం. ఇంతలో ఎవరో

యువకుడు ముఖం చాలా పరిచయంగా అనిపించింది. తెల్ల అంగీ పైజామాతో, ఒక గుడ్డ సంచి భుజానికి తగిలించుకొని వచ్చాడు. వచ్చి స్వామీజీ పాదాలకు నమస్కరించి, నా పాదాలకూ నమస్కరించాడు. స్వామీజీ నవ్వి "అతను కొత్త సభ్యుడు అయ్యుంటాడు. మీరు కూడా సన్యాసిని అనుకొని ఉంటాడు" అన్నారు. వెంటనే "మీరు కూడా అమ్మలాగానే కదా!" అన్నారు. వెళ్ళే ముందు మా ఇద్దరి మొహాలు ఏదో వెతుకుతున్నట్లుగా చూసి వెళ్ళాడు. ఏదో అడగాలని ఉన్నట్లుగా అనిపించింది. నేను నా గదికి వచ్చి మళ్ళీ మంచినీళ్లు తెచ్చుకోవటానికి రిసెప్షన్ దగ్గరికి వెళ్ళాను. మళ్ళా అతను వచ్చి నా ఎదురుగా నిల్చున్నాడు. మళ్ళా నా పాదాలకు నమస్కరించాడు. "నేను కూడా మీలాగే సభ్యురాలిని మాత్రమే. నా పాదాలకు మొక్క వద్దు" అని చెప్పాను. "ఏమన్నా కావాలా!" అని అడిగాను, అతను అంతలా ఆరాటపడటం చూసి. అతను "అవును. కొన్ని సందేహాలు ఉన్నాయి." అన్నాడు. "వెళ్ళి స్వామీజీని అడగండి" అన్నాను. "కాదు, మిమ్మల్నే అడగాలి" అన్నాడు. "సరే! అడగండి" అన్నా. "**నా దగ్గరే అమృతం ఉంటే, నేను ఇక్కడ ఎందుకు చేరాలి?**" అన్నాడు. "చేరొద్దు. చేరమని మిమ్మల్ని ఎవరు బలవంతం చేశారు? ఎందుకు వచ్చారు ఇక్కడికి మరి మీరు?" అన్నాను. "నాకు ఇక్కడ చాలా శాంతిగా అనిపిస్తుంది. అందుకని వచ్చాను" అన్నాడు. చాలా వివరంగా ఇంకా చెప్పబోయాడు. "**ఎవరితోనైనా అమృతం వాళ్ళతోనే ఉంటే ఎందుకు అక్కడికి ఇక్కడికి తిరగాలి**" అన్నాడు. ఇంతలో స్వామీజీ బయటికి వచ్చారు "ఏమిటి?" అన్నారు. "సందేహాలు ఉన్నాయిట! మీతో మాట్లాడి క్లియర్ చేసుకోమన్నాను" అని చెప్పి నా రూమ్ కి వచ్చాను. ఆశ్రమంలో అపరిచితులతో మాటలు నిషిద్ధం. కానీ అది జరుగుతున్నంత సేపు అతని

మొఖం ఎంతో పరిచయమైన మొహం లాగా కనిపించింది. స్నేహితురాలితో కూడా చెప్పాను. తనూ అదే అన్నారు. కానీ నేను తిరిగి హైదరాబాద్ వచ్చి ధ్యానం చేస్తుంటే అప్పుడు తెలిసింది అది రామకృష్ణ పరమహంసగారి మొహం. ఆ తెల్ల కుర్తా, ఆ సంచి, ఆ ముఖం చాలా పరిచయమైన చిత్రం. మా పూజా మందిరంలో వున్నది.శ్రీ శాంతానంద స్వామీజీతో కలిసి ఒకసారి ధ్యానం చేయాలని ఉంది అని నేను అడిగినందుకు స్వామీజీ పైన గురువుగారి గదికి తీసుకువెళ్ళారు. అక్కడ ముగ్గురం ధ్యానం చేశాము. నాకు పూర్తిగా రామకృష్ణ పరమహంసనే కనిపించారు. వారు స్వామీజీ శిరస్సు మీద చేయి పెట్టి ఆశీర్వదించటం కనిపించింది. అది స్వామీజీతో చెప్పాను. వారు "ఆయన మిమ్మల్ని కూడా ఆశీర్వదించారు" అని వారి సహజ సిద్ధమైన మందహాసంతో చెప్పారు. నేను "ఎందుకు అంతా రామకృష్ణ పరమహంసనే కనిపిస్తున్నారు" అని అడిగాను స్వామీజీని. వారు చెప్పారు "దక్షిణేశ్వర్ ఆశ్రమానికి సంబంధించిన స్థలం శారదామాత దానంగా ఇచ్చారు" అని. ఆహా! యోగుల సమూహం! వారి మధ్య తేడానే లేదు. ఆహా !నా సనాతన ధర్మ పరీవృతమైన భూమి యీ నా మాతృభూమి.

13 డిసెంబర్ 2009.

రాత్రి 10:30 గంటలకు:

దేవానాం

యత్వ్యక్త నాశినీం

తథాం!

అర్థం:?

12 ఫిబ్రవరి 2010.

ఉదయం 10:10 మహాశివరాత్రి:

షబర్ కర్నా

జానా న దేనా ఎనర్జీకో.(హిందీ భాష)

అర్థం: అంతశ్శక్తిని అంటే ప్రాణ శక్తి కావచ్చు ఆత్మ శక్తి కావచ్చు వృధాగా పోగొట్టుకోవద్దు. ఓర్చుకోవాలి.శక్తిని దాచుకోవాలి.కోపంలో,భావోద్రేకాలలో చేజారనివ్వద్దు.

2011–2013

నమో గురు పరంపరాభ్యాం!

ఆశలుడుగకున్న పాశ ముక్తుడు కాడు ,

ముక్తుడైన గాని మునియుగాడు,

మునియునైతే గాని మోగంబులుడగవు.

విశ్వదాభిరామ వినురవేమ!

9 మార్చి 2011 ఉదయం 10:20 గంటలకు:

రక్షాం

చిదానంద యుక్తాం

సం వర్ధితాం.

అర్థం: చిదానంద యుక్తురాలివై వర్ధిల్లేట్టుగా రక్షిస్తాను!(?)

22 ఏప్రిల్ 2011.

శుక్రవారం ఉదయం పూజ తరువాత ధ్యానంలో అమ్మ జూలై 6 లేదా 16 అని కొత్త క్లినిక్ కి ముహూర్తం పెట్టింది. పక్కన ముహూర్తాలు తెలిసిన వారిని అడిగితే, అది నాకు సాధన తార అని చెప్పారు. దూరంగా ఉన్న క్లినిక్ ని ఇంటికి మార్చడం అయింది ఆ ముహూర్తానికి. నిజానికి అది శూన్యమాసము అని పండితులు చెప్పారు. కానీ అమ్మవారు

అదే సమయంలో ముహూర్తం పెట్టింది. నేను మరేమీ ఆలోచించకుండా జూలై 6న క్లినిక్ ఇంటికి బదిలీ చేశాను.

5 మే 2011.

ఈమధ్య ధ్యానంలో అమ్మవారు తనకు నాకు మధ్య ఉన్న పరదా పక్కకు నెట్టి తన దివ్య మందహాస భరిత ముఖారవిందము నాకు దర్శనమిచ్చి, నాతో ఇలా అంది, **"నీకు నాకు మధ్య ఈ పరదానే అడ్డు! ఇది తీసేస్తే, నీవు నేను ఒక్కటే!"** అని చెప్పింది. ఆ పరదా 'అహం' అని సాయి సచ్చరిత్రలో బాబా చెపుతారు. 'నేను' అన్న అహం.

"నీవు నేను ఒక్కటే అని ఎలా అనుభవంలోకి వస్తుంది?" ఎలాఅన్న సందేహం నన్ను రోజంతా తొలిచేసింది. అప్పుడు మళ్లీ ధ్యానంలో, అమ్మ **"అన్ని పనులు నువ్వే, నువ్వే అని చేసుకుంటూ పోవటమే"** అని చెప్పింది. 'ఇటీస్ యు, యు అలోన్' అని దయామాత మననం చేయటం గుర్తొచ్చింది.

ఎంత అద్భుతమైన ఆత్మబోధ! నా గురువు అమ్మవారు కాదా!అనుకున్నాను.

దానికి సమాధానంగా మళ్ళీ ధ్యానంలో,

"గురువు అంటే నీకు వెలుపలే ఉంటాడు" అని చెప్పింది.

ఒక్కటైన అద్వైత పరబ్రహ్మం ద్వైతంలో గురు శిష్యులుగా రూపాంతరం పొందింది అని చెప్పినట్లు ఉంది.

అంటే అమ్మవారు నాకు గురువు కాదు, ఎందుకంటే ఆమె నాలోనే ఉంది, నా అంతరాత్మనే. నన్ను శిక్షణ చేయవలసిన గురువు నాకు వెలుపలే ఉంటారు అని అర్థం అయింది. మరో వ్యక్తి పాదాల దగ్గర అహం పెట్టకుండా

మోక్షం కలుగుతుందా? సర్వస్య శరణాగతి చేశాను అని చెప్పేవారు నిజంగా చేయనట్లే. సర్వస్య శరణాగతి జరిగినట్లు కేవలం గురువుకే తెలుస్తుంది. శిష్యుడి అహంకారాన్ని సూక్ష్మంగా కూడా లేకుండా తొలగించడానికి గురువు చాలా ప్రణాళికలు అమలు చేస్తాడు.

1 సెప్టెంబర్ 2011.

నమిస్తరణే

నమి స్తరణే

అర్థం: నువ్వేమీ చేయనక్కరలేదు.(సంకల్పాలను దూరం పెట్టు.)

11 సెప్టెంబర్ 2011. మధ్యాహ్నం 2:45 గంటలకు:

ముక్తస్యదాదే

మయి సన్యస్యదాదే

అర్థం: నాయందు సన్యాసించి ముక్తి పొందు!

16 సెప్టెంబర్ 2011. మధ్యాహ్నం 12:00 గంటలకు:

రామకృష్ణ ఇజ్ఞతే!

అర్థం:?

19 సెప్టెంబర్ 2011. ఉదయం 11:15 గంటలకు: ధ్యానంలో,

యథార్థ సాధికా

ధర్మ వర్తికా

భక్తిసేవ్యం- జ్ఞాన గమ్యం.

అర్థం: ధర్మవర్తనంతో, భక్తి సేవతో, జ్ఞానానికి గమ్యంగా 'సత్' వస్తువుని సాధించుకో!

7 అక్టోబర్ 2011.

అంతరంగమే జీవితాన్ని నడిపిస్తుంది.

అర్థం: అంతర్ అంగం అంటే మనసు. జీవితాన్ని అదే నడిపిస్తుంది.

9 అక్టోబర్ 2011.

వి గతోరుధిగచ్ఛ విగచ్ఛామి.

లసంద విందిః

గోవింద భజః

అర్థం: (నాకర్థమైనది) ఇంద్రియాలను, ఇంద్రియార్థాలను (నిగ్రహించటానికి) జయించడానికి ఇంద్రియాలకు అధిపతి అయిన గోవిందుని భజించు.

27 జనవరి 2013. ఉదయం 9 :12 .

పరమేశ్వర సంజ్ఞిత బ్రహ్మ.

అర్థం: పరబ్రహ్మనే పరమేశ్వరుడుగా గుర్తించు.

24 మార్చి 2013.

ఓం ఇచ్ఛా పాటయతే!

అర్థం: నీ ఇచ్ఛ వచ్చినట్లు ఓంకారాన్ని పాడుకో.

11 ఆగష్టు 2013 .(నాగ పంచమి)

శాసనకారీ ఓం తపస్య

అర్థం: అన్ని శాసనాలు చేసేది ఓంకారమే, తపస్య!

13 ఆగష్టు 2013.

మత్ జాగృత ప్రణవ (అమ్మవారు)

అర్థం: నా చేత ప్రణవము జాగృతము చేయబడినది (నీలో, సృష్టిలో) — దివ్య జనని

ఈ ధ్యానంలో, నాలో ఉన్న ఓంకార నాదము నా వెన్నెముకలో వివిధ రంగుల కాంతులు చిమ్ముతూ చూశాను. విన్నాను. విశ్వంలో ఉన్న ఓం 1996 నుంచే వింటున్నాను. కానీ మొదటిసారిగా నాలో ఓంకారాన్ని వినటము, చూడటము జరిగింది. నాద బిందు చిత్కళా రూపిణీ! నాలో 'ఓం' ఆ తల్లి జాగృతం చేసిందని అర్థం అయింది.

అప్పటికి నేను ఇంకా రెండో క్రియ తీసుకోలేదు.

14 అక్టోబర్ 2013 (దసరా).

బాబా నావెన్నుపామును విశుద్ధ చక్రము నుండి మూలాధారము వరకు మూడు భాగాలుగా విభజించి, **పైభాగము విశుద్ధ నుంచి అనాహతము వరకు మొదటి సహజావబోధన,(ఇంట్యూష్యన్) రెండవ భాగము అనాహతము నుంచి మణిపూరము వరకు రెండవ సహజావ బోధన, మణిపూరము నుంచి మూలాధారము వరకు మూడవ సహజావబోధన అని చూపి "మూడూ మహామాయే**" అని బాబా చెప్పాడు.

అంటే విశుద్ధ చక్రము దాటితేనే మాయను దాటినట్టు అన్నమాట!

మహా మాయ అంటే అమ్మవారే, అంటే మనసే, అంటే కుండలిని. ఆజ్ఞా చక్రం వరకే అమ్మవారి ప్రయాణం. దాని వెనుక ఉండే లాలనచక్రానికి లలితా దేవి అధిపతి. ఇంతవరకు వచ్చిన యోగి జ్వాలాభరితంగా ఉండటంతో లలితా దేవి లాలిస్తుందిట. అక్కడ నుంచే సహస్రారానికి చేరాలి.అందుకు మన ప్రయత్నం చాలదు. పరమ పురుషుడే పైకి లాగాలి. దీని గురించి 8 ఏప్రిల్ 2017న జరిగిన

ధ్యానానుభవము మాట్లాడుతుంది. మన కర్మలన్నీ గ్రహాల ద్వారానే మనని ,మన మనసుని ప్రభావితం చేస్తాయి. మన షట్ చక్రాలలో పంచభూత తత్వాలు ఉంటాయి. మూలాధారంలో పృథ్వీ తత్వం, స్వాధిష్ఠానంలో జలతత్వం, మణిపూరకంలో అగ్ని తత్వం, అనాహతంలో వాయుతత్వం, విశుద్ధలో ఆకాశతత్వం, తర్వాత ఆజ్ఞా చక్రంలోని మనసు. ఆజ్ఞా చక్రం దాటిన వాడే మనసుని అధిగమిస్తాడు, ఆత్మస్థితిలో స్థిర పడతాడు. అదే సమాధి.

అక్టోబర్ 2013. గాఢ ధ్యానంలో వినిపించాయి.

రైట్ డిసైపల్

రైట్ క్రియా. (ఇంగ్లీషులో)

అర్థం: సరైన శిష్యుడు. సరైన క్రియ.

17 డిసెంబర్ 2013.

దేవ తంత్రో

దివ్య తంత్రో మహానేన.

అర్థం: భగవంతుడి పద్ధతులు దివ్యమైనవి. గొప్పవైనవి.

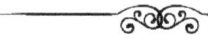

2014–2015.

నమో గురు పరమ్పరాభ్యాం!

చదువు చదవకున్న సౌఖ్యంబు నుండు,

చదువు చదివె నేని సరసుడగును,

చదువు మర్మమెరిగి చదివిన చదువు రా .

విశ్వదాభిరామ వినురవేమ!

2014 ఫిబ్రవరి రెండో వారం. ధ్యానంలో మహావతార్ బాబాజీ దర్శనం.

అన్ని పనుల్లోనూ సంక్లీర్ణత ఉంటుంది అందుకే ప్రతి పని.........

తర్వాత పట్టుకోలేకపోయాను. ఏకాగ్రత సరిపోలేదు. సంక్లీర్ణత అన్న పదం కోసం, దాని అర్థం కోసం చాన్నాళ్లు వెతికాను. సంకీర్ణ ఉంది కానీ సంక్లీర్ణత అంటే చివరికి ఎక్కడో పాత పుస్తకంలో(రమణ భాషణం) దొరికింది .**తిక మక అని** .అంటే సేవ కోసం ఒక పని మొదలు పెడతాము చివరికి అది పేరుతోనో, వేరే ఒక గమ్యంతోనో ముడి పడుతుంది .దేనికోసం పనిచేస్తామో అది తికమకగా మారుతుంది అని నాకు అర్థమైంది. చివరికి ఒక అయోమయం మిగులుతుంది.

17 సెప్టెంబర్ 2014. :షిరిడి.

సాయంత్రం 6:30 కి హోటల్ రూమ్ లో, తిరిగి హైదరాబాదు వెళ్ళే బస్సు కోసం వెయిట్ చేస్తూ ధ్యానంలో మునిగిపోయాను. మొత్తం షిరిడి దేవస్థానం అంతా వెలుగులో మునిగి ఉంది. అందులో నిలువెత్తు బాబా విగ్రహం ఎర్రచొక్కాతో ఆకాశం దాకా విస్తరించి ఉంది (విశ్వరూపం లాగా). నడుము వరకు వెలుగే! నేను చాలా చిన్నగా ఉన్నాను. ఆయన దగ్గరగా దృష్టి వెళ్లిన కొద్దీ అభయ హస్తం కనిపించింది. నేల మీద ఉన్న నన్ను చూస్తూ **"నా అర్జునుడివి"** అన్నారు ఆశీర్వదిస్తూ. తర్వాత అభయహస్తమే వీడ్కోలు హస్తంగా మారినట్లు అనిపించింది. ఇక వెళ్ళి రా అన్నట్లు.

చాలా అద్భుతమైన ఆనందం కలిగింది. కళ్ళు తెరిచేటప్పటికీ కళ్ళ నిండా నీళ్లు కారుతున్నాయి. బాబా! ఆరు సంవత్సరాల తర్వాత ఆ దృశ్యాన్ని నాకు చేతనైనట్లుగా చిత్రంగా గీసి బంధించుకున్నాను. సందేహమేముంది, నా గురుపరంపరలో శ్రీకృష్ణుడు ఆయనే!

2015.

రస్ మతి. రస్ మతి.

అని పిలుపు వినిపించింది ధ్యానంలో.

అర్థం: రస్ అంటే అమృతము. అమృతమతి. అమృతమైన మనసు కలదానా అని.

మార్చి 2015.

అమ్మవారు నా నుదిటిన ఆజ్ఞా చక్రంలో రెండు దళములు ఎర్రగా గీసి మధ్యలో నుంచి నల్లటి సన్న గీత పైకి పాపిడి దగ్గర దాకా గీసింది, ఏదో సన్నపుల్ల తీసుకొని.

ఆజ్ఞా చక్రం తెరుచుకున్నదా! సహస్రారానికి దారి చూపిస్తున్నది. సాధన చేయాలి. 2023లో శ్యామలాదేవి చిత్రం చూడటం జరిగింది .ఆమె లలితా దేవికి మంత్రిణీ దేవి. సర్వవిద్యలకు అధినేత్రి అయిన ఆమెకూ అలాంటి పొడుగైన నల్ల గీత బొట్టు గా ఉంది.

20 మే 2015. షిరిడి బాబా ధ్యానాసనంలో కూర్చొని ఇలా చెప్పారు:

శృత్యస్య ప్రణవ ధ్యాన వాచకమ్.

అర్థం: శృతి చేత కూడా ప్రణవ ధ్యానమే చెప్పబడింది . అంటే బాబా కూడా ప్రణవాన్ని ధ్యానం చేయమని చెప్తున్నాడు.

20 మే 2015. రాత్రి 9:40 గంటలకు,

సౌభాగ్యవతీ త్వాం (భగవంతుడి దీవెన).

అర్థం: నీవు సౌభాగ్యవతివి. సౌభాగ్యము అంటే ఆధ్యాత్మికతలో భగవంతుడికి దగ్గరగా అవటమే అసలైన సౌభాగ్యం అని ఈ మధ్యనే ఒక ఆధ్యాత్మిక పుస్తకంలో చదివాను.

10 జులై 2015. ఉదయం 9:50 గంటలకు,

భావయోగం:భగవంతుడి నుంచి నేను వేరు కాదు అనే ఆలోచన లేకుండా భావయోగం సిద్ధించదు.

ఇదంతా గాఢ ధ్యానం చివర్లో, ఈ వాక్యము నా చేతనే చెప్పబడింది వెలుపల. నా చేతనే తెలుసుకోబడింది లోపల. భావంలోనే భగవంతునితో యోగం! ఈ మాటలు చెబుతూ ఉచ్చరిస్తూ ధ్యానం నుంచి కళ్ళు తెరిచాను.

9 సెప్టెంబర్ 2015.

నా ఆధ్యాత్మిక పథంలో చివరి మలుపు. మరో మహాత్ములు బదరీ నారాయణ గారిని కలవడం అయింది. తర్వాత నా ఆజ్ఞాచక్రం నుంచి సహస్రారం వరకు ప్రాణశక్తి ప్రవాహం నిరాటంకంగా సాగింది. మొదటిసారే ఆయన గొప్ప గురువు అని నా అనుభవం నాకు చెప్పింది. మూర్తి గారి ద్వారా పరిచయమయ్యారు. మూర్తి గారు కూడా వారిని ఎంతో గౌరవించేవారు. వారూ మూర్తి గారిని అంతే గౌరవించేవారు. యుక్తేశ్వర్ గిరి అంశ గా చెప్పుకునేవారు. అందుకు తగ్గట్టే నిదర్శనాలు కనిపించేవి. వారు ఎంతో ప్రేమగా, బేషరతుగా మాక్కూడా వారి శిష్య బృందంతో సమానంగా ప్రేమను ఇచ్చేవారు. నాకు ఆధ్యాత్మికంగా కూడా చాలా సహాయం చేశారు. ఇది నా ఆధ్యాత్మిక జీవితంలో మరో మలుపు. చివరి మలుపు. భక్తి యోగము, కర్మయోగము, ధ్యాన యోగము రుచి చూశాను. జ్ఞాన యోగము బద్రీనారాయణ గురువుగారి ద్వారా అందింది."నా ఆధ్యాత్మిక జీవితంలో, నేను ఒక గురు పథంలో నడుస్తుంటే ఆ దారికి ఉన్న దీప స్తంభాలు మీరు, మూర్తి గారు." అని నేను అన్నప్పుడు కూడా ఎంతో ప్రేమగా, సమత్వంతో "అవునండి." అనేవారు. కానీ వారి శక్తి అద్భుతం. వారి కరుణా అద్భుతం. వారిని కలిసి వచ్చిన మొదటి రోజే ధ్యానంలో మహావతార్ బాబాజీ నాకెదురుగా దగ్గరిగా కనిపించారు ధ్యానం చేస్తూ. అప్పటినుంచి బాబాజీ దర్శనాలు తరచుగా అవుతూనే ఉన్నాయి. ఒక సంవత్సరన్నర పాటు వారు సమాధి చెందే దాకా గురువు పాదాల దగ్గర కూర్చొని జ్ఞానం నేర్చుకుంటున్నట్లుగా అనిపించేది. అంతకుముందు అర్థం కాని ధ్యానంలోని అనుభవాలు అన్నిటికీ అర్థాలు తెలిసాయి. నా గురువుగారు చెప్పిందే. కొత్తది ఏమీ లేదు. కానీ మన అహాన్ని చావగొట్టాలంటే ఒక వ్యక్తి ఎదురుగా కూర్చోవాల్సిందే! అహం

అనేది ఎంత సూక్ష్మంగా ఉంటుందో ఎంత మాయలాడో వారి ముఖత విని అర్థం చేసుకుని ఆనందించడం అయింది.

ఒక ఊరిలో నలుగురు వ్యక్తులు ఉండేవారట. ఒకరేమో భక్తి యోగి. భక్తి తప్ప మిగిలినవన్నీ వ్యర్థము అనుకునేవాడు.

ఒకడేమో ధ్యానయోగి. ధ్యానం తప్ప మిగిలినవన్నీ వ్యర్థము అనుకునేవాడు.

ఒకరేమో కర్మయోగి. పనిచేయకుండా ఏమి మాట్లాడినా వ్యర్థం అనుకునేవాడు.

ఒకడేమో జ్ఞాన యోగి, జ్ఞానం లేకుండా కర్మ చేసినా, ధ్యానం చేసినా, భక్తి కలిగివున్నా అన్నీ వ్యర్థమే. ఇవేమీ అక్కరలేదు. జ్ఞానం ఒక్కటే చాలు అనుకునేవాడు.

వీరు ఒకరి ముఖం ఒకరు చూసుకునేవారు కాదు. మిగిలిన వారు వారికి పనికిరాని వారు. ఒకసారి ఎందుకో ఒక అడవిలో నలుగురూ కలవడం అయింది. ఉన్నట్లుండి చాలా పెద్ద గాలివాన వచ్చింది. నలుగురు పరిగెత్తి దగ్గరిలో ఉన్న శిధిలాలయానికి చేరారు వర్షంలో తడవకుండా. నలుగురు శివలింగానికి నాలుగు వైపులా నిల్చున్నారు ఎందుకంటే అక్కడ ఒక్క దగ్గరే వర్షం పడట్లేదు. ఉన్నట్లుండి శివుడు ప్రత్యక్షమయ్యాడు. నిత్యమూ తలుచుకుంటే ప్రత్యక్షమవని శివుడు ఇప్పుడేమిటి అని భక్తుడూ, ఎన్ని సేవలు చేసిన తెలియనివాడు ఇప్పుడు కనిపించాడు ఏమిటని కర్మయోగి, ధ్యానంలో కాని దర్శనము వేళగాని వేళలో ఏమిటని ధ్యానయోగి, దర్శనానికి ఇదా వేళ? అనుకుని జ్ఞాన యోగి ఆశ్చర్యపోయారు. అప్పుడు పరమశివుడు "మీ నలుగురు కలిస్తేనే నా దర్శనం అవుతుంది." అని నలుగురి కళ్ళు తెరిపించాడట! భక్తి లేని జ్ఞానం వృధా.జ్ఞానం లేని కర్మ గానుగెద్దు లాంటిది. కర్మ, భక్తి, ధ్యానం అన్ని జ్ఞానంలోనే ముగుస్తాయి. జ్ఞానం భక్తితోనే శరణాగతి చెందుతుంది.

15 సెప్టెంబర్ 2015.నా ధ్యానంలో,

"ఆశీస్సులు! ఇలా వేశాను. అంతే. అలా అయిపోయింది. ఓం..ఓం.. ఓం" అని బదరీ నారాయణ గారి స్వరం వినిపించింది. ఆయన చాలా ఆనందపడ్డట్టుగా అనిపించింది. వారికి ఫోన్ చేస్తే "అవును" అని చెప్పారు.

బద్రి నారాయణ గారు నా గురు పరంపరలోని వారే అయితే నాకు నా గురువులు శ్రీయుక్తేశ్వర్ జీ నాకు ఒకప్పుడు ధ్యానంలో 'ఓం' చెప్పినట్లు చెప్పాలి అనుకున్నాను. అలాగే ఇది జరిగింది.

8 అక్టోబర్ 2015.

రాత్రి నిద్రలోంచి ఈ కింది మాటలు పలవరిస్తూ లేచి కూర్చున్నాను:

సిద్ధులను ముక్తులుగా చేయటానికే బాబా మహాదేవ్ వస్తాడు.అని రెండు మూడు సార్లు అంటూ లేచాను.

9 నవంబర్ 2015. సాయంత్రం 4:30 - 5:00 గంటలకు ,ధ్యానంలో:(బదరీ గురువుగారిని నా గురుపరంపరలోని ఒకరిగా సమ్మతించాలో వద్దో అని ధ్యానం చేస్తే.)

అభివిద్- అభి తథ్- అభి సహాయక్.

అర్థం: అతనే విధాయకుడు, తథాయకుడు. సహాయకుడు అతనే.

అర్థం: నిర్ణయించేవాడు, అలా చేయగలిగిన వాడు, సహాయము చేయగలిగిన వాడు అతనే.

ఈ మాట బదరీ గురువు గారితో చెబితే "నేను కాదండి! మీ ఆత్మే మీకు గురువు" అని **"అప్పో దీపో భవ"** అన్నారు. అంటే మీ ఆత్మనే మీకు దారి చూపిస్తుంది దీపం లాగా అని.

ఆ మాట బుద్ధుడు తన నిర్వాణ సమయంలో శిష్యులకు చెప్పారట!

"ఆత్మానుభూతి ఈ శరీరంలోనే కలుగుతుంది" అని ధ్యానంలో బదరీ గురువు గారి మాటలు వినిపించాయి.

ఫోన్ చేస్తే "మీరు చాలా అదృష్టవంతులు" అన్నారు. "నేనేమైనా సాధన చేయాల్సి ఉంటే చెప్పండి. నాకు కావాల్సింది బ్రహ్మాత్మ భావనలో స్థిరపడటం. ఇప్పుడు అప్పుడప్పుడు మెరుపులా మాత్రమే జరుగుతున్నది" అని ప్రార్థించాను. "ఏమీ అక్కర్లేదు! ఇప్పుడేం చేస్తున్నారో అదే చేయండి. అవసరమైనప్పుడు చెప్తాను." అన్నారు.

నా బండి గమ్యానికి దగ్గరలోనే ఉంది. 100%నా దృష్టి పెట్టగలగాలి. నేను నా గురువుల్ని తప్ప వేరే ఎవరిని గురువుగా సమ్మతించలేనని చెప్పినప్పుడు, మీరు ఒకవేళ మారతానన్నా మీ గురువులు మిమ్మల్ని వదిలిపెట్టరు అని చెప్పారు. వారు మహావతార్ బాబాజీ శిష్యులు. వారి ఇంట్లో కూర్చొని ఉండగా ఒకసారి అక్కడ ఉన్న బాబాజీ ఫోటో మీద నుంచి పువ్వు రాలి కింద పడింది. "మీకోసమే! తీసుకోండి" అని నాకు చెప్పారు. అక్కడ ఇంకా చాలా మంది ఉన్నారు. నేను గభాలున లేచి తీసుకోగలిగేట్టుగా లేను. ఎవరో తీసుకున్నారు. "అది మీకే .మీరే తీసుకోండి" అని మళ్ళా చెప్పారు నాతో. నాకు ఆమే ఇవ్వబోయింది. కానీ "బాబాజీ నాకు ఇస్తే గిస్తే నాకు అనంతమైనదే కావాలి. రెండు రోజులు ఉండి వాడిపోయేదే కదా ఈ పువ్వు. పరవాలేదు లెండి. మీరే ఉంచుకోండి" అన్నాను. వారు నవ్వారు. ఆమె ఆశగా తీసుకున్న పువ్వు నేను లాక్కోటానికి మనస్కరించలేదు.

2016–2017

నమో గురు పరమ్పరాభ్యాం!

కొంపలోన నున్న కోర్కెలు ఛేదించి
హృదయ మట్టె మిగుల పదిలపరిచి
గృహము నిలుపు వాడు బహుతత్వవేదిరా .
విశ్వదాభిరామ వినురవేమ!

జీవితంలో మరో అద్భుతం! ఎంతో పెద్ద కష్టంలో నుంచి బాబా చాలా సునాయాసంగా బయటకు తీసుకొచ్చారు.

మా చిన్నమ్మాయి డెలివరీకి ఉంది. ఇది రెండో కాన్పు .మొదటిసారి సిజేరియన్ చేశాను ఇప్పుడు కూడా సిజేరియన్ చేయాల్సిన పరిస్థితి. అసలు తారీకు 23-10-2016. నేను 16 అక్టోబర్ నుంచి 23 అక్టోబర్ లోపల మంచి ముహూర్తం చూడమని మా పక్కింటి ఆంటీకి చెప్పాను. ఆవిడ దాంట్లో ప్రతిభాశాలి. తను రెండు మూడు రోజులు ఎంతో కష్టపడి రాత్రింబగళ్ళు ఎన్నెన్నో చక్రాలు వేసి చివరికి చాలా బాధగా నాతో చెప్పారు. "ఆ రోజుల్లో రవి నీచంలో ఉన్నాడు. ఆ రోజుల్లో చేస్తే ఏదైనా జ్ఞానేంద్రియాల మీద ప్రభావం పడవచ్చు" అని తనే చాలా బాధపడుతూ చెప్పారు. ఇదంతా జరిగింది సెప్టెంబర్ లో. ఒక నెల ముందే అడిగాను నేను. ఆ బాధ భరించలేక ఇంటికి వచ్చి మూర్తి గారికి ఫోన్ చేసి "ఆ టైంలో ఒక ముహూర్తం పెడతారా?" అని అడిగాను. వారు "ఇది పితృ పక్షం కదమ్మా. దసరా అయినాక పెడదాం

లెండి" అన్నారు. దసరా 11వ తారీకు. టైం ఉంది కదా అని వారు అనుకున్నారు కానీ, నాకు ముందే తెలిసిన విషయం గురించి వారికి తెలియదు. నా ఆరాటం తెలియదు. నేను ఏమీ అనలేక ఎంతో బాధపడుతూ సాయి సచ్చరిత్ర తీసి చదవటం మొదలుపెట్టాను. నాకు ఎప్పుడైనా అశాంతి కలిగితే ఆ పుస్తకం తీసి చదివితే చాలా శాంతిగా ఉంటుంది. ఆ వారం రోజులు పూర్తిగా బాబా నా పక్కనే ఉన్నట్టు ఉంటుంది .ఆరోజు గురువారం. అలా పారాయణం మొదలుపెట్టడం అయ్యింది. మరుసటి దినం శుక్రవారం. శుక్రవారం ఉదయం నేను అమ్మవారి పూజ చేసుకుంటాను. అందులో భాగంగా లలితా సహస్రనామ స్తోత్రము చదువుతూ ఏదో నిద్రలోకి వెళ్ళినట్టుగా వెళ్ళాను.

నిలువెత్తుగా బాబా నా ముందు కనిపించాడు. **"15 ఫిక్స్ చెయ్"** అని చెప్పారు. **"15, 16 మధ్య"** అని కూడా వినిపించింది. చాలా ప్రతిధ్వనిలో ఆ 15,16 మధ్య అన్నది సరిగ్గా అర్థం కాలేదు. పైగా 15 ఫిక్స్ చేయి అని మళ్లీ 15, 16 మధ్య ఏమిటి అని సందేహం వచ్చింది.వెంటనే మూర్తి గారికి ఫోన్ చేశాను. "బాబా ముహూర్తం పెట్టాడండి. టైము నాకు తెలియదు. టైం చెప్తారా మీరు?" ఆయన అప్పుడు చెప్పారు ఐదు గంటల 15 నిమిషాలు నుంచి 20 నిమిషాలలో చేయమని. ఇంకా కరెక్ట్ గా ఐదు గంటల 18 నిమిషాలు.బాబా ఎంత కరెక్ట్ గా చెప్పాడు. మూర్తిగారు ఎంతో సంతోషపడ్డారు. "లగ్నంలో బుధుడూ గురుడూ ఉన్నారమ్మా. అద్భుతమైన టైం ఇది. పక్కన ఎలాంటి ప్రతికూలత వున్నా కానీ ఇది అన్నీ కొట్టేస్తుంది " అని చెప్పారు. తర్వాత పక్కన ఆంటీ కూడా చెప్పారు. "లగ్నంలో బుధుడు గురుడు ఇద్దరు ఉన్నారు. రవి నీచంలో ఉన్నా ఏమి చేయలేడు" అని. కొంచెం తేడాతో ఇది లాహిరీ మహాశయ జాతకం అని మూర్తిగారు చెప్పారు. పురాణపురుష లాహిరీ మహాశయ

పుస్తకంలో చివరి పేజీలో ఆయన జాతక చక్రం ఉంది. వారికీ లగ్నంలో బుధుడు గురుడు ఉన్నారు. మిగిలిన స్థానాల సంగతి నాకు తెలియదు. చాలా ఆనందం అనిపించింది. ఇంకో రకంగా అది బాబా మహాసమాధి దినం కూడా. విజయదశమి, అక్టోబర్ 15, 2016న బాబా మహాసమాధి చెంది 100వ సంవత్సరం ప్రవేశిస్తుంది. ఇది ఇలా సంభవిస్తుంది అని నేను ఊహించను కూడా లేదు. కేవలం భయపడుతూ, బాధపడుతూ శాంతి కోసం పుస్తక పఠనం చేశాను. గురువులు మన బాధని చూడలేరు! ఏమి ఇచ్చి ఈ ఋణం తీర్చుకోగలం!

25 అక్టోబర్ 2016. ఉదయం ధ్యానంలో:

మధ్యలో అగ్ని జ్వలిస్తున్నది హోమంలో లాగా. ఇటువైపు నేను అటువైపు బాబాజీ కూర్చుని ఉన్నాము. బాబాజీకి నాకు మధ్య, నాకు కుడివైపు బాబాజీకి ఎడమవైపు మధ్య కొంతమంది సిద్ధులు, మరొకవైపు మరో ఐదుగురు ఎవరో ఉన్నారు. బాబాజీ నుంచి ఓ వెలుతురు ముద్ద నా కుడివైపు కూర్చున్న వారు ఒక్కొక్కరి దగ్గర శిరస్సు ఫాలం ఎదురుగా ఆగి, నా దగ్గరికి వచ్చి నా ఫాలానికి ఎదురుగా ఆగిపోయింది. ఇక తర్వాత ఎడమ వైపుకి వెళ్ళలేదు. నా తర్వాత ఎడమవైపు నలుగురు ఐదుగురు ఉన్నారు. బాబాజీకి కుడి పక్కనే ఉన్న శంకరాచార్య కూడా స్పష్టంగా కనిపించారు. ఈ పరిషత్తులో నాకు తెలిసిన వారు ఎవరన్నా ఉన్నారా అని చూసినా ఎవరి ముఖాలు స్పష్టంగా కనిపించనే లేదు, ఒక్క దయా మాత తప్ప. ఆమె కూడా మామూలు కన్నా కొంచెం నల్లగా సన్నగా ఉన్నారు. కళ్ళు మూసుకుని ఉన్నారు. వాట్సప్ లో ఉన్న చిత్రం రాళ్ల పర్వతం మీద ఉంది. ఇదేమో పెద్ద చెట్టు నీడన!

28 జనవరి 2017. ఉదయం ధ్యానంలో:

చాలా చక్కటి అనుభవం.

శివయ్యే అంటే పరమశివుడు పైన ముడితో, కుడి చేతిలో త్రిశూలంతో, పులి చర్మం చుట్టుకొని నా ముందు నడుస్తున్నాడు. నేను అనుసరిస్తున్నాను. అలా ఆయన,నేను నా శరీరంలోనే నా నుదుటి పాపిటి బొట్టు స్థానం నుంచి సహస్రారం దాకా వచ్చాము. అక్కడ నా పుర్రెకప్పు పెంకు గుండ్రంగా పగిలిపోయి ఉంది. నేను అక్కడ ఆగిపోయాను. శివయోగి నాకు ధ్యానంలో శివుడని, ఆదియోగి అని తెలుస్తున్నది. ఆయన ఆ పగులు లోంచి వెనక్కి దిగుడు బావి మెట్లు లాంటివి దిగుతున్నాడు. నేను సహస్రారం(మాడు) దగ్గరే ఆగిపోయాను. పెంకు పగులు అవతల అంతా తేట వెలుగే! కానీ శివుడు దిగుతున్న మెట్ల దగ్గర మసక వెలుతురు మాత్రమే ఉంది. కింద మెట్టు చివర చిన్న కాలువ లాగా నీళ్లు కనిపిస్తున్నాయి. అక్కడ పుర్రె వెనక భాగంలో మళ్ళీ ఇలాంటి పగులే కనిపిస్తున్నది. దాని అవతల అంతా కాంతి ,కాంతి. ఆ కాంతే మెట్ల మీద, నీళ్ల మీద సన్నగా ,మందంగా ప్రతిఫలిస్తూ పడుతున్నది.

దానిని బదరీనారాయణ గురువుగారు అద్భుతంగా వివరించారు. ఎక్కడా వినలేదు ఈ యోగ రహస్యం. ఎక్కడా వినని అద్భుతాలు! నుదుటి స్థలంలో ఆజ్ఞా చక్రం వెనుక లాలనా చక్రం ఉంటుంది. పాపిటబొట్టు స్థలంలో లాలనాచక్రం ఉంటుంది. దానిని పాలించేది లలితాదేవి. అక్కడి నుండి కుండలిని అంటే శక్తిని శివుడే మార్గదర్శనం చేస్తాడట. ఆయనే దక్షిణామూర్తిగా, గురువుగా సహస్రారం వరకు చేరుస్తాడట! శివశక్తులు ఇద్దరు బిందువులో కలుస్తారట. శివుడికి ఇద్దరు భార్యలు కదా! ఆజ్ఞా చక్రానికి పార్వతీదేవి అధి దేవత అయితే తలలో ఆజ్ఞా చక్రానికి సరిగ్గా వ్యతిరేక దిశలో పిలక ఉండే స్థానంలో ఉండే బిందు చక్రానికి గంగ అధిష్ఠాత్రి. బ్రాహ్మణుల పిలక స్థానంలో బిందు చక్రం ఉంటుంది. సహస్రారం నుండి శివుడు వెళుతున్న దిగుడు

బావి గంగ ఉన్న బిందు చక్రమట. అది జీవన్ముక్తికి సంకేతం. బిందు చక్రానికి, స్వాధిష్ఠాన చక్రానికి గల సంబంధం చెప్పారు బదరీనారాయణ గురువుగారు. రెండూ జలతత్వ సంబంధమైన చక్రాలు. అంటే కర్మకి స్థానాలు. అంటే జీవన్ముక్తి అయిన తర్వాత కూడా కర్మ ఉంటుంది. వర్తమాన కర్మలకు అకర్తగా ఉంటూనే గత కర్మ ఫలాలు అనుభవిస్తూనే ఉంటాడు. కానీ ముక్తి సీమలోనే ఉంటాడు సుఖదుఃఖాలు లేకుండా. ఆ శివయోగి వెనక నేను నడుస్తుంటే వారు నాకు మహావతార్ బాబాజీ లాగే అనిపించారు. ఆ వెలుతురు అనంత చైతన్య కాంతి.

20 ఫిబ్రవరి 2017. సోమవారం ఉదయం 11:00 గంటలకు ధ్యానంలో:

అమ్మవారు చిన్నగా చెప్పింది:

"సరస్వతీ! సరిగ్గా విను. కంగ్రాట్యులేషన్స్"

అని రెండుసార్లు మళ్లీ మళ్లీ చెప్పింది. ఒకప్పుడు ధ్యానంలో శ్లోకాలు రాబోయే ముందు దయామాత కనిపించి 'కంగ్రాట్యులేషన్స్ ఫర్ కమింగ్ సక్సెస్'అని అమ్మవారి మాటగా చెప్పింది. ఇప్పుడేమవబోతున్నదో!? అమ్మా! సదా నాతోనే ఉంటావు కదా!

23 ఫిబ్రవరి 2017. ఉదయం ధ్యానంలో:

త్రికోణంలో నేనే కూర్చుని ధ్యానంలో ఉన్న అనుభవం. నాలోంచే నేనే నా రూపం లోకి వెళ్ళి ఎవరినో బెదిరిస్తున్నాను." **శారీరక స్వస్థతే కాదు. మానసిక స్వస్థత కూడా ఉండాలి."** అని.

24 ఫిబ్రవరి 2017. మహాశివరాత్రి ఉదయం ధ్యానం.

మహా నిశ్శబ్దంలో ఉన్నంతసేపు పరమశివుడు త్రిశూలధారియై నా సహస్రారంలో గుండ్రటి లైన్ మీద నడుస్తూనే ఉన్నాడు. కానీ అది మూసుకునే ఉంది. మధ్యలో అమ్మవారు కూర్చొని ఉంది.

22 మార్చి 2017.మధ్యాహ్నంనిద్ర మెలుకువ కాని స్థితిలో:

బదరీనారాయణ గురువుగారు నాతో చెబుతున్నారు "**గాడ్ హాస్ క్రియేటెడ్ విమెన్ విత్ లాట్ ఆఫ్ జీల్ అండ్ గ్రేట్ ఎక్స్పెక్టేషన్స్" (భగవంతుడు స్త్రీలను ఎంతో ఉత్సాహంతో ఎన్నో అంచనాలతో సృష్టించాడు.)**

అని అందరినీ ఉద్దేశించి చెప్పి, నా వైపు తిరిగి చురుగ్గా ఒక చూపు చూసి "బి రెడీ" అని చెప్పారు. అంటే సిద్ధంగా ఉండండి అని. సాయంత్రం ఫోన్లో, "దానికి అర్థం ఏమిటి" అని ప్రశ్నిస్తే వారు చెప్పారు. "**ఏమీ లేదు.. రిసరక్షన్ హాపెన్స్ ఆఫ్టర్ క్రూసిఫిక్షన్. సో బీ రెడీ ఫర్ క్రూసిఫిక్షన్**" అని అన్నారు. (సిలువ వేస్తేనే పునరుత్థానము జరుగుతుంది కాబట్టి సిలువ వేయబడటానికి అంటే పరీక్షలు తట్టుకోవటానికి సిద్ధంగా ఉండండి.)

"అంటే ఏమవుతుంది ?" అని అడిగాను.

"అన్ని మెంటల్ ప్లేన్ (మానసిక పరిధి అంటే ఆలోచనా పరిధి) లోనే జరుగుతాయండి. సూక్ష్మంలోనే మిగిలిన కొంచెం కర్మ కాల్చి వేయబడుతుంది. సూక్ష్మంలో కేవలం మానసిక వేదన మాత్రమే ఉంటుంది. మీరు మళ్ళీ పుడతారు. బాధ దుఃఖం అనేది లేకుండా ఒక కొత్త అవతారం బతికి ఉండగానే" అని చెప్పారు. అమ్మవారు కూడా అప్పుడెప్పుడో చెప్పింది "**ఇంకా కొంచెం ఉంది**" అని.

చూద్దాం. అమ్మవారు, బాబా రక్షణలో ఉన్నాను. ఆ కొంచెం కర్మ కూడా అనుభవించి శుద్ధి పడదాం అనుకున్నాను.

తర్వాత జీవితంలో నిజంగానే గొప్ప పరీక్షలు ఎదుర్కోవలసి వచ్చింది. అమ్మవారి దయవల్ల వాటి నుంచి పెరిగి మరో 'సరస్వతి' రూపం తీసుకుంది. ఈ గురువుల, దైవం రక్షణ లేకపోతే, మరొకరైతే ముక్కలు ముక్కలైపోయే వారే!

8 ఏప్రిల్ 2017.

తేలిగ్గా, సమాధిలోకి నేరుగా వెళ్ళటం ఎలా అని మధన పడుతుంటే, ధ్యానంలో అమ్మ **"ఓమ్ లోకి విస్తరించు"(ఎక్స్పాండ్ ఇంటూ ఓమ్)** అని చెప్పింది.

12 ఏప్రిల్ 2017 నాడు బదరీనారాయణ గురువు గారిని "ఎలా?" అని అడిగితే వారు "ఓమ్ లోకి విస్తరించటం అంటే గాయత్రీ తప్ప మరేమీ కాదు" అని చెప్పారు.

"గాయత్రీ అసలు రహస్యం మనం పైకి చదివేది కాదు. అది లోపల జరిగేది. అది ఎప్పుడు జరుగుతుంది? మీరు ఓం లోకి విస్తరించినప్పుడు. మామూలుగా మీ అస్తిత్వం మీ చైతన్యపు స్థాయిని పట్టి గాయత్రి వివిధ స్వరాలని బయటికి వెదజల్లుతుంది. మీ దగ్గర నుంచి వచ్చే ఆ గాయత్రి స్వరం నుంచి మీ చైతన్యపుస్థాయిని దివ్యులు గుర్తుపడతారు. అది మీరు బయటికి చదివే గాయత్రి కాదు. మీ లోపల ప్రవహించే ఆత్మ అనే సూర్య కిరణాల శక్తితో మీ బుద్ధి విశ్వ యోనిగా మారి విశ్వంలో ఉన్న జ్ఞానాన్ని మీలో ఉద్దీపన చేస్తాడు సూర్యుడు. ఆ సూర్యుడు ఆత్మ సూర్యుడు. ఇది నరుడిలో జరిగినప్పుడు హంస గాయత్రి. నరుడుకి వాహనం హంస కాబట్టి, మన ఊపిరే హంస కాబట్టి. త్రి సంధ్యలలో అంటే మామూలుగా ఉదయం, మధ్యాహ్నం, సాయంత్రం కాదు. జాగృతి, స్వప్న మధ్య కాలం: స్వప్న, సుషుప్తి మధ్య కాలము: సుషుప్తి ,తురీయ మధ్యకాలము. ఇవి త్రిసంధ్యలు. అంటే మీరు ఎరుకలో ఉన్నప్పుడు, మీ ఔటర్ బీయింగ్(బాహ్య శరీరం) బయట పని చేస్తూ ఉన్నప్పుడు ఈ త్రిసంధ్యల లోను

అనంతాత్మ అనే సూర్యుని కిరణాలు మీలో ప్రసరించి మీలో గాయత్రి జరుగుతుంది. అప్పుడు మీ అస్తిత్వమే భర్గోదేవుడుగా(కాంతి,జ్ఞానము,శక్తి కలిసిన రూపంగా) మారిపోతుంది. ఓం.

7 నవంబర్ 2017. ధ్యానంలో:

You do: you reap (యు డు: యు రీప్)

అర్థం: నువ్వు చేసిన దానిని నీవే అనుభవించాలి.

2018–2019

నమో గురు పరమ్పరాభ్యాం!

1 ఫిబ్రవరి 2018.

ఆత్మ తాదాత్మ్యం చెందటమే ప్రయాణానికి అంతం.

ఆత్మ తత్(ఆ పరమాత్మ) తోటి కలిసిపోవటమే ప్రయాణానికి అంతం. అంటే ఆత్మస్థితిలో ఉండటమే ఆధ్యాత్మిక ప్రయాణానికి గమ్యం.

26 మార్చి 2018. వారణాసి. మొదటిసారి కాశీయాత్ర.

సూర్యుడు ఐదున్నర కల్లా వచ్చేశాడు. ఆయనకెదురుగా ధ్యానం నాకు అరుదుగా కలిగే అవకాశం. కాశీలోనే శంకరాచార్యుల వారికి చండాలుని రూపంలో శివుడు ఆత్మ ఏకత్వాన్ని బోధించాడట!

కాశీలోకి వస్తే చాలు, జ్ఞానము తద్వారా మోక్షము కలుగుతాయని శాస్త్రాలు చెబుతున్నాయి. అదేమిటో అనుభవపూర్వకంగా తెలిసింది. రాగానే ధ్యానంలో గాయత్రి మంత్రం ఇంకొంచెం లోతుగా అర్థం అయింది.

మంత్రమే గాయత్రి. ఇక గాయత్రి వేరే లేదు. గాయాన్ త్రాయతే ఇతి గాయత్రి. అంటే అర్థం గానం చేస్తేనే తరింప చేసేది గాయత్రి అని.

ఓంకారమే బ్రహ్మ. ఓంకారమే ప్రకృతి.ఓంకారమే ఆత్మ. అన్నింట వ్యాపించి ఉన్నది ఓంకారమే. అందుకే ఓంకారమే బ్రహ్మ.

ఓం తత్ సవితుర్వరేణ్యం = ఓంకార సూర్యుని యొక్క ఉత్తమ కిరణాలు

భూః భువఃసువః = భూలోక ,భువర్లోక సువర్లోక, త్రి సంధ్యలలో

జాగృతి-స్వప్న

స్వప్న-సుషుప్తి

సుషుప్తి-తురీయ. త్రిసంధ్యలలో.

ధీ మహి = ఉండే బుద్ధిని,

ధీయో యోనః ప్రచోదయాత్ = విశ్వయోనిగా ఉద్దీపన చేసి,

భర్గో దేవస్య = భ అంటే అగ్ని, గో అంటే జ్ఞానం, దేవ అంటే కాంతి,

ఓంకారమే బ్రహ్మ. ఓంకారమే ఆత్మ. ఓంకారమే ప్రకృతి

కాబట్టి ఓంకారమనే నా ఆత్మ సూర్యుడు నా బుద్ధి ద్వారాన్ని వెలిగించి, బుద్ధిని ఉద్దీపింప చేసి జ్ఞానాగ్ని మిశ్రిత కాంతి రూపుణ్ణి చేయుగాక!

ఇది కాశీ నాకిచ్చిన దివ్యజ్ఞానం.

వెలిగేది నా ఆత్మ సూర్యుడే.

ఓంకారమే నా బుద్ధిని విశ్వయోనిగా చేసి నన్ను భర్గో దేవుణ్ణి చేయుగాక! యోని అంటే ద్వారము. బుద్ధి ద్వారము ద్వారా ఆత్మజ్ఞానము మనసుని చేరుతుంది. జ్ఞానవంతమైన మనసు ఆత్మగా మిగులుతుంది.

29 మార్చి 2018. సూర్యుడికి ఎదురుగా చక్కటి ధ్యానం.

అమ్మవారు విశాలాక్షి వచ్చి ఎదురుగా నిలుచుంది.

"ఎందుకు పిలిచావు?" అని అడిగింది.

విశాలాక్షి దేవి పరమ సౌమ్యమూర్తి. ఆమె ఆరానే (ఆమెను ఆవరించుకున్న కాంతి వలయం.) సౌమ్యత, శాంతి వెదజల్లుతున్నది. కాంతిలోంచి మరో రూపం వచ్చింది **'ఆదిలక్ష్మి'** అని వినిపించింది.

నిన్ను పిలవటానికీ, తలవటానికీ నాకు కారణం కావాలా తల్లీ!

14 ఏప్రిల్ 2018.

నీలో ఎవరిమీదనైనా ప్రేమ అనేది ఉంటే అది నీ గొప్పతనం ఏమీ కాదు. అది మూలశక్తి (ఆత్మ) ఉత్ప్రేరకమే!

జూన్ 2018 ధ్యానంలో,

అమ్మవారు నా మెడలో పూలమాల వేసింది. కుడి భుజం మీద నుంచి దండ క్లియర్ గా ఉంది. పసుప్పచ్చగా, ఫ్రెష్ గా ఉంది. ఎడమ భుజం మీద తేలికగా తెలుపులో ఉంది. నేనేదో నెమ్మదిగా చెప్పబోతున్నాను.

"**అదంతే. అలాగే జరగాలి"** అని గట్టిగా చెప్పింది.

నేను ఒప్పుకున్నాను.

కొన్ని విషయాలు విధి లిఖితాలు.

భగవంతునికి స్వాత్మార్పణమే మార్గం.

విశ్వాసం అంటే భగవంతుని ప్రేమలో, నిర్ణయంలో, ఆయన న్యాయంలో కూడా ఆయనకు స్వార్పణం చేసుకొని ఉండటమే!

3 ఆగష్టు 2018. శుక్రవారం, ఈరోజు ధ్యానంలో, చివరిలో:

అమ్మవారు మహావతార్ బాబాజీ వదనంతో, నేను చూస్తుండగానే ఒక కత్తి పదును పెట్టీ పెట్టీ, నా చేతుల్లో అడ్డంగా పెట్టింది **"జ్ఞానం సంపూర్ణం"** అంటూ!

17 ఆగష్టు 2018. మధ్యాహ్నం 1:44 నుంచి 3:44,ధ్యానం అద్భుతంగా ఉంది. చివరిలో **సఫలత-దక్షత-రక్షత** అని వినిపించింది. వెంటనే,

"శిరిడీ సాయిబాబా సంపూర్ణ అనుగ్రహ సిద్ధి ప్రాప్తిరస్తు" అని వినిపించింది. సంపూర్ణం, సిద్ధి అన్న పదాలు నన్ను అనంత ఆనందంలో ముంచెత్తాయి.

26 మార్చి 2019.

నిన్న, మొన్న తెల్లవారుజామునే లేచి ఒక గంటన్నర ధ్యానం చేస్తున్నాను. ఎంతో చిదానందంగా ఉంది. నిన్న పగలు చాలా అలసిపోయి ఉన్నాను. ఈరోజు ఉదయాన్నే లేవలేకపోయాను. ఐదు గంటలకు నిద్ర , మెలకువ కాని స్థితిలో ఒక స్మృతి.

జనులు కొన్ని వరుసలలో కూర్చొని ఉన్నారు. ఒక వరుసలో నేను ఉన్నాను. మధ్యలో కాలిబాట వెంట యోగానంద గురుదేవులు నడుస్తూ వెళ్తుంటే ఆయన హృదయ స్థానం నుంచి నా హృదయ స్థానంలోకి ఒక వెడల్పాటి కాంతి ప్రవాహం జెట్ వేగంతో ప్రసరించింది. నా బీయింగ్ (అస్తిత్వం) ఆనందభరితంగా అయిపోయింది. దానిని మాటల్లో వర్ణించలేను.

20 ఏప్రిల్ 2019.

నిన్న శుక్రవారం సేవా క్లినిక్ నుండి వస్తూ బాబా గుడికి వెళ్ళాను.

లోపల ఆత్మ సాధనలో లోటు ఏమన్నా ఉందా అని చాలా ఆర్తిగా ఉంది మనసు. గమ్యం చేరకుండానే జీవితం ముగుస్తుందా అని ఆరాటం. మనసులో ఏ కోరికలు లేవు. ఏ బంధాలు లేవు. ఏ దుఃఖము లేదు దేని గురించైనా. నేను నాలో ఎలా సుప్రతిష్టురాలిని అవ్వాలి అనే తపన తప్ప. దానికి సమాధానంగా, ఈరోజు ఉదయం ధ్యానంలో బాబా పదేపదే కనిపించాడు. తర్వాత జ్ఞాననేత్రాన్ని చీల్చుకుంటూ ముందుకు వెళుతూ ఉండగా, బాబాజీ వదనం దగ్గరగా పెద్దగా కనిపించి, **"వా .....వా.."** అని పిలుస్తున్నట్లు కనిపించింది. మరి తమిళంలోనే పిలుస్తున్నారో, రా...రా అంటే అలా ప్రతిధ్వని వస్తుందో!! తమిళంలో వా అంటే రా అని అర్థం. నాకు అర్థమైనదే నాకు సత్యం. వెంటనే దుర్గ అమ్మవారు వేయి చేతులతో ప్రసాదాన్ని పంచి పెడుతున్నది తెల్ల చొక్కాలలో ఉన్న పిల్లలకి. నేను సాక్షిగా చూస్తున్నాను. తర్వాత కొంతసేపు ఆ ఆనందాకాశంలో విహరించి మరీ కిందకి దిగాను.

29 జూన్ 2019. ఉదయం ధ్యానంలో:

నిల్చొని వున్న రమణ మహర్షి నన్ను కౌగిలించుకున్నారు. ఆయన గోచీని బట్టి వారి నల్లని శరీరాన్ని బట్టి వారిని గుర్తుపట్టాను. ఆయన కౌగిలించుకున్న నేను పూర్తిగా నిలువెత్తు కాంతి స్తంభంలా ఉన్నాను తప్ప నా శరీరం లేదు. అది నేనే అని నాకు తెలుసు. ఈ దృశ్యం చూస్తున్న ద్రష్ట ఎవరు? నేనే! ఆత్మ! ఇది నాకు సాక్షి అనుభవం!

28 జూన్ 2019 .ఉదయం చక్కటి ధ్యానం.

ఎవరో కనిపించలేదు. గొంతు వినిపించింది.

"కాషాయ బట్టలు తెచ్చారా?" అని. మరి కాసేపు తర్వాత,

"కాషాయం కట్టుకోండి" అన్నారు. నన్నూ ,మావారినీ కలిపి అన్నట్లు అర్థమైంది.

కాషాయం అంటే సన్యాసం.

సన్యాసం అంటే అసలు అర్థం ఏమిటి?

29 జూన్. 2019. ఈరోజు రమణ భాషణంలో చదివాను.

ప్రశ్న ....సన్యాసం అంటే ఏమిటి?

మహర్షి సమాధానం..... అహంకార త్యాగం. (నేను మాయం కావటం)

న్యాసం అంటే దేనితోనైనా పూరించటం.

సః అంటే భగవంతుడు.

అంటే నేను మాయం అయ్యి పూర్తిగా భగవంతుడితో నింపుకోవటం. నేను మాయం అవటం అంటే అహంకార త్యాగమే!

9 ఆగష్టు 2019 .

అమెరికా లాస్ ఏంజిలిస్ గురువుగారి ఆశ్రమంలో శిష్యులకు కియా దీక్ష కార్యక్రమం జరుగుతోంది. ప్రేక్షకురాలుగా ఉన్న నాకు ధ్యానంలో:

I am ever awake in the morning star in meditations.

అంటున్న యోగానంద గురువుగారి దర్శనం కూటస్థంలో అయింది.

నేనెప్పుడూ నీ ధ్యానంలో నీకూటస్థంలోనే జాగృతమయి ఉన్నాను.

ఎంత గొప్ప అభయం!

11 ఆగష్టు 2019 .

ఉదయం 11:00 గంటలకు. ఎన్సినిటాస్ లో

గురువుగారి ఆశ్రమం. పసిఫిక్ సముద్రాన్ని చూస్తూ ఎదురుగా కూర్చుని ధ్యానం చేసుకున్నాను.

గురుదేవులు కనిపించారు పూర్తిగా ధ్యానమగ్నులై టేబుల్ ముందు కూర్చొని ఏదోరాస్తున్నట్టు కనిపించారు. నిండుగా ఉన్న ఆయన బుగ్గలు వారి ఏకాగ్రతలో నిండు గా ఊగుతున్నట్లు అనిపించింది. కాళీ అమ్మవారు కూడా కనిపించింది చాలా నవ్వుతూ.

తర్వాత ఆశ్రమంలో వారి గది దర్శిస్తే అక్కడ ఆ టేబుల్ కనిపించింది. నన్ను, నా జీవితాన్ని ఉత్తేజపరిచిన రచనలు అక్కడే పురుడుపోసుకున్నాయేమో! ధన్యోస్మి! పైగా ఆ గది కిటికీ బయటనే సముద్రాన్ని చూస్తూ నేను ధ్యానం చేసుకున్నాను అని అర్థమైంది. ఆశ్రమమంతా వారి అద్భుత అస్తిత్వంతో స్పందిస్తూ ఉన్నది.

తర్వాత ధ్యానంలో అమ్మవారు నన్ను ఒక గదిలోకి తీసుకువెళ్ళింది. అక్కడ ఒక పెద్ద బల్ల చుట్టూ ధవళ వస్త్రాలతో కొంతమంది స్త్రీలు కూర్చుని ఉన్నారు. బల్లమీద రకరకాల పండ్లు పెట్టి ఉన్నాయి. అమ్మవారు నన్ను వారికి చూపిస్తూ **"ఆమెకు కూడా ఏకాదశి ఆహారం ఇవ్వండి"** అని వారితో చెప్పింది.

ఏకాదశి అంటే అవి ఐదు కర్మేంద్రియాలు, ఐదు జ్ఞానేంద్రియాలు, ఒకటి మనసు. ఈ పదకొండింటిని నియమించటమే ఏకాదశి వ్రతం.

24 సెప్టెంబర్ 2019. ఉదయం 3:00 గంటలకు ధ్యానంలో:

షిరిడీలో ద్వారకామాయిలో బాబాకెదురుగా నేను ఉన్నానట.

"ఊ....ఎలా ఉంది జీవితం?" అడిగారు.

"పిలిస్తే పలికే నా సద్గురు, జగద్గురు, ప్రేమ మూర్తి నా దగ్గరే ఉంటే ఏమి కొరత? "అని అనాలి నేను. కానీ ఎందుకో అనలేదు. ఏమేమిటో చెప్పాను.

వెంటనే జాగృతిలోకి వచ్చి నాలుక కరుచుకున్నాను. అడగ్గానే 24 గంటలలో నా కోరిక తీర్చే నా కన్నతండ్రి నా దగ్గర ఉండగా నేను ఇలా ఎలా మాట్లాడాను? అనుకున్నాను.

బహుశ నా ఉప చేతనలో ఉన్న చెత్త ఏమో!

నిజంగా నేను చాలా తృప్తిగా నిత్య సంతోషంగా ఉన్నాను!

2020–2022.

నమో గురు పరమ్పరాభ్యాం!

ఎరుక కన్నను సుఖమే లోకమున లేదు .

యెరుక నెరుగ నెవనికెరుకలేదు.

యెరుక సాటి యెరుక యెరుకయే తత్వంబు

విశ్వదాభిరామ వినురవేమ!

12 జూన్ 2020 . ధ్యానం చివరిలో:

"**పరిపూర్ణంగానే నేను వచ్చాను**" అని గుసగుసగా మగ గొంతు వినిపించింది.

14 జూన్ 2020 . ఉదయం అద్భుతమైన ధ్యానం.

బుద్ధుడు తెల్ల పంచ కట్టుతో, సుకుమార పాదాలతో ఇంటి గడప దాటి లోపలికి వచ్చారు. బుద్ధుడేమో అనుకున్నాను తప్ప ఆ వదనం చుట్టూ అద్భుతమైన కాంతి ఉంది. అందులో ముఖం ఎవరిదో తెలియటంలేదు. ఆ కాంతి మహాద్భుతం!

అదే ధ్యానంలో లోతుగా ఉన్నప్పుడు "**ధ్యాన శివ**" దర్శనం అయింది. సన్నటి నెలవంకను ఆయన శిరస్సు మీద చూశాను. అది జ్ఞాని మనస్సు లాగా చిక్కిపోయింది అనుకున్నాను. వెంటనే అది నిండు చంద్రుడులా మారి ధగధగా మణిలా కాంతితో మెరవ సాగింది. నాలో '**ఓం మణి**

పద్మేహం!' అని స్ఫురించింది. మణిగా మారింది నా మనసా? నా జ్ఞానమా? అనే సందేహం వచ్చింది.

చింతామణి అని,తర్వాత **చిదంబరం** అని వినిపించింది.

ఓం మణి పద్మేహం అన్నది బుద్ధ మంత్రం.

బ్రహ్మచర్యం వలన ఊర్ధ్వరేతస్సు సహస్రారము చేరి మణి లాగా వెలుగుతుంది అని బద్రీనారాయణ గురువుగారి ఆడియోలలో విన్నాను.

22 జూన్ 2020.

తన శిష్యుల వాట్సప్ గ్రూపులో బద్రీనారాయణ గురువుగారు అహం బ్రహ్మాస్మి గురించి మాట్లాడుతూ, "నేను బ్రహ్మను' అని చెప్పటానికి ఎవరున్నారు మరొకరు? అది క్వశ్చన్ మార్క్" అన్నారు. "అది చతుర్ముఖ బ్రహ్మ లాగ 360 డిగ్రీల ఎరుక స్థితి. చెప్పడానికి వేరే ఎవరు ఉండరు. అలాంటి 360 డిగ్రీల ఎరుకస్థితిలోనే కర్తృత్వ భావన లేని సృష్టి జరుగుతుంది" అన్నారు.

అది విన్నాక నేను అహం బ్రహ్మాస్మి అన్నది, అద్వైత అనుభూతి జరిగిన తరువాత ద్వైతంలోకి వచ్చాక అద్వైత అనుభూతిని వ్యక్తీకరించే సూత్రం తప్ప ఆ స్థితిలో ఉన్నప్పుడు చెప్పేదికాదు కదా అని విశ్లేషించుకుంటూ కళ్ళు మూసుకున్నాను.

ఆ సమయంలో నా పని బాధ్యతలో మునిగి ఉన్నాను. అంత వ్యావహారిక సమయంలో (మధ్యాహ్నం ఒంటి గంటకు) కళ్ళు మూసుకొని ధ్యానమగ్నం కాగానే, ఏదో నన్ను **గాఢమైన అనంత నిశ్శబ్దం లోతుల్లోకి పీల్చుకున్నట్లుగా** అనిపించింది. అక్కడ నా ప్రయత్నం ఏమీ లేదు. ఎవరో లాక్కున్నట్లుగా క్షణాల్లో నేను లోపలికి వెళ్ళిపోయాను. **రమణ మహర్షి ముందు నించొని ఉన్నాను. వారు ఒక**

చిన్న గదిలో, ఒక కిటికీ పక్కనే ఉన్న మంచం మీద గోడకు ఆనుకొని కూర్చొని ఉన్నారు. పల్చటి శరీరం ,ఉపాధి ఉండాలి కాబట్టి ఉన్నట్లున్నది. ఆయన తన కుడి చేయి ఎత్తి నా దాకా చాచి నన్ను ఆశీర్వదించారు. ఆయన దృష్టి నన్ను అనుగ్రహించింది. అనుగ్రహం అంటే ఇదేనా అనుకుంటున్నానట మనసులో. రమణ భాషణంలో చదివాను. అనుగ్రహం మూడు రకాలు: దృక్, స్పర్శ, ఉపదేశం. మూడిట్లోనూ నిశ్శబ్ద దృక్ అనుగ్రహం శక్తిమంతమైనది అని. నా అదృష్టం వల్ల నాకు అది ప్రాప్తించింది. అదీ వారి అనుగ్రహమే!

5 జులై 2020 .ధ్యానంలో:

Experiences are the guild of God. అని వినిపించింది.

గిల్డ్ అన్న పదానికి అర్థం వెతుక్కోవాల్సి వచ్చింది.

ధ్యానంలో, అనుభవాలు అనేవి భగవత్ తత్వానికి పై పూత లాంటివి.పై మెరుపులాంటివి తప్ప భగవత్ తత్వం కాదు. ఆ తత్వాన్ని తెలుసుకున్నవాడు అనుభవించిన వాడే అవుతాడు తప్ప చెప్పగలవాడు కాదు. అనుభవాలు మాత్రమే చెప్పగలుగుతాం. అనుభూతి అంతరం మిగిలిపోతుంది.

గురువుల కూటస్థం నుండి నాకూటస్థంలోకి బలమైన చిక్కనైన కాంతి స్తంభంలా ప్రసరించింది.

11 జులై 2020.

తెల్లవారుజాము 3:48 గంటలకి మెలకువ వచ్చింది. ధ్యానంలో కళ్ళు మూసుకోగానే:

"ఓం" అని అనేక వాయిద్యాలు మోగుతున్నట్లు, ఓం జల్లు నా మీద మధురంగా కురిసినట్లు (ఎప్పటిలాగా

సముద్రపు హెూరు, గర్జనతో కాకుండా) అనేక ఓం లు వినిపించి తన్మయత్వం కలిగింది.

తరువాత ఉదయం తొమ్మిదిన్నరకు నిత్య ధ్యానంలో:

"అది సోల్ జర్నీలో (ఆత్మ ప్రయాణంలో) పూల వాన" అని వినిపించింది.

అప్పుడే నా అంతర్దృష్టిలో బోలెడన్ని పచ్చి పెసలు ఆకుపచ్చగా నా దోసిట కనిపించాయి. అది చాలా అద్భుతమైన ధ్యానం. అమ్మవారి సమక్షం మహా నిశ్శబ్దంలా తళ తళ లాడుతున్నది. ఇంతలో నీటి ప్రవాహం వచ్చి నా చేతిలో గింజలన్నీ కొట్టుకుపోయాయి.

"ఇంక అవి మొలకెత్తవు" అని వినిపించింది. అంటే జ్ఞానంతో వాసనాబీజాలు కాలిపోతాయి, కాలిన గింజలు మొలకెత్తవు. కానీ నా వాసనలు ఆ పచ్చి పెసల లాగా ఇంకా పచ్చిగానే ఉన్నాయి. మొలకెత్తే అవకాశం ఉంది ఆగామి కర్మగా. కానీ నా ఉపాసనా దేవత (సుధా సారాభి వర్షిణి) కురిపించిన అమృతపు జల్లులో అవే కొట్టుకుపోయాయి. వాసనలు, సంకల్పాలు, అహంకారము నశిస్తే తప్ప ముక్తి లభించదు.

అమ్మా! నమో నమః!

25 ఆగష్టు 2020.

ధ్యానంలో:

నేను నాది అనే సరిహద్దు చెరిగిపోతే తప్ప అల సముద్రంలో కలిసిపోదు.భాగము మొత్తంలో కలిసిపోదు.part will not become whole.

అందరమూ భగవంతుడి అంశలమే. మన చుట్టూ గీసుకున్న నేను అనే గీత చెరిపేస్తే తప్ప ఆయనలో కలవలేము.

27 ఆగష్టు 2020.

ధ్యానం చివర్లో దయా మాత దర్శనం. ఆవిడ ఇలా అన్నారు:

"మనం చాలా చిన్నవి అనుకునేవే చాలా ముఖ్యమైనవి" అని ఇంగ్లీషులో అన్నారు.(what we consider small things are more important.)

మార్చి 2021 చివరి వారం – గుడ్ ఫ్రైడే ఈస్టర్ మధ్యలో:

విపరీతమైన ధవళ కాంతిలో, బాబా వేషధారణలో మీసాలు గడ్డం లేని యువకుడైన బాబా (బాబాజీ కావచ్చు, క్రైస్ట్ కావచ్చు) కనిపించారు. సూర్యకాంతి లాంటి అంత కాంతిలో నేను వారెవరో గుర్తించలేకపోయాను. **ఆ కళ్ళల్లోంచి బంగారు రంగు కాంతి విస్ఫోటాలు నా వైపు దూసుకొచ్చాయి.** అంత విపరీతమైన కాంతిలో ఆ ముగ్గురిలో ఎవరో నేను తెలుసుకోలేకపోయాను. గుడ్ ఫ్రైడే ఈస్టరు మధ్యలో కాబట్టి క్రైస్ట్ అనే అనుకుంటున్నాను.???

8 ఏప్రిల్ 2021.ధ్యానంలో:

శ్రీ చక్ర బిందువు రంగు కృష్ణ నీలం (వర్షాకాలపు నల్లమబ్బు) చూపించింది అమ్మ. ఆ రంగు మొత్తం శ్రీ చక్రం అంతా వ్యాపించి ఉంది. అంటే అసలు సంగతి బిందువు అంటూ విడిగా లేదు. సర్వానందమయ చక్రంలో ఉన్న శూన్యమే బిందువు. మరోరకంగా అర్ధనారీశ్వరం. మొత్తం శ్రీ చక్రాన్నంతా (జగత్తంతా) వ్యాపించిన చిదాకాశం. ప్రకృతి అంతా వ్యాపించిన పరమ పురుషుడు.

ఆ జ్ఞానోదయం అమ్మ అనుగ్రహంగా అనిపించింది. ఎందుకంటే శ్రీ చక్రం చిత్రీకరిస్తున్నా కాబట్టి. సృష్టి అంతా ప్రకృతి పురుషుడు కలిసి నర్తిస్తున్నారు.

జూన్ 2022.

శక్తి స్వరూపాత్మికా!

(ధ్యానంలో)

జూలై 10 తొలి ఏకాదశి. 13 జూలై గురు పూర్ణిమ. 13 జూలై తొలి ఏకాదశి నా జన్మదినం. అందుకని ఆశ్రమంలో గురుపూర్ణిమ చేసుకోవాలని అనిపించింది. మొదటిసారి నా రాంచి యోగదా ఆశ్రమ సందర్శన గురుపూర్ణిమ జూలై 13 నాడే జరిగింది. మళ్లీ ఇప్పుడు. 9న మార్నింగ్ ఫ్లైట్. తిరుగు ప్రయాణం 14 మార్నింగ్ ఫ్లైట్.

13 వ తారీఖు రాత్రి కానీ నాకు అర్థం కాలేదు, ఆ ఐదు రోజులు ఎంత అద్భుతమైనవో!

10 వ తారీఖు తెల్లవారుజామున ధ్యానంలో **ఒక స్త్రీ నా చేతిలో ఏవో లేఔట్ ప్లాన్ లాంటివి పెడుతోంది. మూడు నాలుగు పొడుగు చుట్టలు ఉన్నాయి. అవి నాకు ఇచ్చింది. తన వెనక ఒక యువకుడు ఉన్నాడు.**అది వెంటనే అర్థం కాలేదు. తిరిగి హైదరాబాదు వచ్చిన తర్వాత ధ్యానంలో ఆయన బాబాజీ అని అర్థమైంది. ఈ ధ్యాన దర్శనం అర్థం కాకుండానే, తెలుగు రాష్ట్రాల్లో ఆశ్రమం లేదే అని స్వామీజీని అడుగుతుంటే అక్కడే ఉన్న ఎవరో సభ్యుడు “ఎవరు కడతారు. సభ్యులే కట్టుకోవాలి” అన్నారు. అందుకని హైదరాబాద్ వచ్చాక ఇక్కడ ఆశ్రమం ఉంటే బాగుంటుంది అని దానికి నేను ఉడతా భక్తిగా భాగం తీసుకుందామని అనుకున్నాను. బాబాజీ ఇదంతా

నడిపిస్తున్నారని ఈ దర్శనంతో అర్థమైంది.ఆ స్త్రీ ఎవరు?అమ్మవారా? కాలమే తెర తీయాలి ఈ రహస్యానికి!

10 జూలై న గురువులకే అంకితమైన ఒక బ్రహ్మచారిని కలిసాను.**ఇక్కడ మా ఇద్దరికీ తెలియకుండానే ఒక దివ్య నాటకం జరిగింది.** నాలో పుస్తకం రాయాలి అని కోరికకు బీజం పడింది. అందుకు వారికి ఎన్నో కృతజ్ఞతలు. వారికి అమ్మవారి ఆశీస్సులు సదా ఉండాలి. అలా దివ్య జనని కోరిక, బాబాజీ ఆజ్ఞ మొదటగా వారి ద్వారానే వచ్చింది. దర్శకులు బాబాజీ గారని తర్వాత అర్థమైంది. అనతి కాలంలోనే వారు సన్యాసి అయ్యారు.

13 జులై 2022. గురుపూర్ణిమ. రాంచి ఆశ్రమంలోనే

ఆన్‌లైన్‌లో సత్సంగం నిర్వహించారు. చివరిలో వారు గురు పరంపర పేర్లు చదువుతున్నప్పుడు, ధ్యాన మందిరంలో ఉన్న గురువుల ఫోటోల నుంచి కాక, వారు ఎక్కడ కూర్చొని ఇది నడిపిస్తున్నారో అక్కడ **గురువుల ఫోటోల్లోంచి అంటే ఆన్ లైన్ తెర లోంచి అద్భుతమైన కాంతి స్తంభము సూటిగా వచ్చి నాకు తగిలింది. దానిని నేను శక్తిపాతం అనే అంటాను. అద్భుతమైన ఆనందము నా అస్తిత్వాన్ని నింపేసింది!** ఇక్కడకు రాకముందే, కుటుంబ సభ్యులతో గురుపూర్ణిమనాడు గురువుల సన్నిధిలో శిష్యులకు శక్తిపాతం లభిస్తుంది అని మామూలుగా వారిని ప్రోత్సహించే ఉద్దేశంతో చెప్పాను.. ఇది జరిగిన తర్వాతనే నేను అలా చెప్పానని నాకు గుర్తొచ్చింది. చిన్నపిల్లవాడి కోరిక తీర్చినట్టుగా నా యథాలాప మాటలను గురువులు నిజం చేశారు. **అందరి గురువుల ఫోటోల నుంచి ఒక్కొక్క కిరణంగా వచ్చి అన్ని కలిసి కాంతి స్తంభంలా శిష్యుల మీదకి ప్రసరించింది.** ఆ శక్తిపాతం ఎందుకు ఇచ్చారో నాకు

ఇప్పుడు అర్థమవుతుంది. ఈ పుస్తకం పని నేను చేయలేక మధ్యలోచేతులు ఎత్తేశాను. అదీ చెప్తాను.

6 ఆగష్టు 2022 . ఉదయం 9:40 గంటలకు:

బుద్ధః

(అమ్మ ఆశీర్వాదం)

సెప్టెంబరు 2022.

నాకు ధ్యానంలో అయిన అద్భుత అనుభవాలు, విన్న శ్లోకాలన్నీ గ్రంథస్థం చేయాలని, అది నా జీవిత గమ్యం అని అనిపించింది. మొదలు పెట్టాను. 30% అర్థమే కానివి ఉన్నాయని అర్థమైంది. రాయటం ఆపి సందిగ్ధంలో పడ్డాను. అసలు నేను రాయగలనా లేదా, రాయాలా వద్దా అని గురువులను అడిగాను. ఇది నాకు మించిన పని అనిపించింది. ఒకవేళ అది వారి కోరికే అయితే **గురువుల నుంచి నాకు సూటిగా ఆజ్ఞ రావాలి అని కోరుకున్నాను.** ఒక నెలపాటు అలాగే ఎదురు చూశాను.

నా శ్లోకాలు, వాటి అర్థాలు రాయటానికి నా శక్తి చాలటం లేదనిపించింది. భయపడి రాయడం ఆపేసాను. వాళ్లే చెప్తారులే నేనే రాయవలసి ఉంటే అనుకున్నాను.

2 సెప్టెంబర్ 2022 . ఉదయం 9:00 - 10:00 గంటలకు మధ్య, ధ్యానంలో,

దివ్య మందహాసంతో వెలుగుతున్న లాహిరీ మహాశయుల దర్శనం అయింది .ఆ తర్వాత ఒక చెట్టు కింద కూర్చున్న బాబాజీ గారి దివ్య శరీరం అంతా కనిపించింది. వారి మొలకు చుట్టుకున్న బట్ట పద్ధతి విలక్షణంగా అనిపించింది. వారి కుడిచేయి ఎత్తి నన్ను దీవించి,

"వెంకటేశ్వరుని దర్శించి, తరువాత రాయటం మొదలెట్టు" ఆజ్ఞతో కూడిన ఆశీర్వాదం!

నన్ను మథిస్తున్న ప్రశ్నకి సమాధానం దొరికింది.పైగా నన్ను వారి శిష్యురాలిగా స్వీకరించిన వారి కరుణ నా హృదయాన్ని కరిగించి కన్నీళ్ళు వచ్చాయి. అందుకే రచయిత్రిగా నేను అనామికను.

తిరుపతి దర్శనం ఈ వయసులో నాకు కష్టం అని చిలుకూరు బాలాజీ గుడికి వెళ్ళాను. కానీ పెద్దగా మార్పు ఏమీ లేదు. నిరాశగా ఉన్నాను. ఇంతలో తిరుమల తిరుపతి దేవస్థానం వాళ్ళు ఎన్.టి.ఆర్ స్టేడియంలో ఐదు రోజులపాటు తిరుపతి వెంకటేశ్వరుని వైభవోత్సవాలు నిర్వహించారు. ఉత్సవ విగ్రహాలు తిరుమల నుంచి తీసుకువచ్చారు. అన్ని ఉత్సవాలు వైభవంగా జరిపించారు. ఐదు రోజులలో నాలుగు రోజులు ఇంట్లో తులసి దళాలు పారిజాతాలు ముద్దమందారాలు తీసుకువెళ్లి ఆయన దర్శనం చేసుకున్నాను. వారు మామూలుగా పంచే ప్రసాదం కాక ఒక యువకుడు నాకు ఆకులో వెన్న పెట్టాడు. అది మరి ఎవరికి ఇస్తున్నట్లు కనిపించలేదు. కృష్ణయ్య నా గురువు కదా! తరువాత రాయటానికి కూర్చుంటే రెండు గంటలలో పని పూర్తయింది. బండి కిక్ స్టార్ట్ అయింది. అర్థం కానివి కొన్ని అలాగే ఉన్నాయి. ఇక నా జీవిత కాలానికి తెరపడే లోపలే ఒక లఘు పుస్తకం తేవాలని ఈ ప్రయత్నం.

20 సెప్టెంబర్ 2022.ఏకాదశి.

నిన్న రాత్రి ఒంటిగంట. అవీ ఏకాదశి ఘడియలే కావచ్చు. రాత్రంతా నిద్ర పట్టలేదు.

ఒక రకమైన **నిశ్శబ్దం** ఆ నిశ్శబ్దంలో బాబాజీ నిరంతరంగా కనిపిస్తూనే ఉన్నారు. చివరికి నిద్రో, మెలుకువనో తెలియని స్థితిలో, నిల్చొని ఉన్న బాబాజీ తన చేతిలో ఉన్న చక్కగా

చెక్కిన దండంతో నా నెత్తి మీద కొట్టారు. తన చుట్టూ తన ప్రియ శిష్యులు కావచ్చు. నలుగురో ఐదుగురో ఉన్నారు. ఠక్కున లేచాను. అద్భుతమైన ఆనందానుభూతి.ఆ స్పర్శ ఆజ్ఞా చక్రం నుంచి సహస్రారం వరకు తెలిసింది.

వేదాలలో చెప్పిన సత్యాన్ని అనుభవించి తెలుసుకోవడమే రాజయోగం. అదే ధ్యానయోగం! చివరికి, క్రియాయోగ సాధనతో భగవంతుడితో అనుసంధానం **ఎవరికయినా సాధ్యమే** అన్న యోగానంద గురువుగారి ఆశీస్సులు ఫలించాయి.

ధైవేచ్చ నీకు ఆజ్ఞ .నీ ఇఛ్ఛ భగవంతుడి ఆయుధం!

ఓం శాంతిః! ఓం శాంతిః! ఓం శాంతిః!

www.ingramcontent.com/pod-product-compliance
Ingram Content Group UK Ltd.
Pitfield, Milton Keynes, MK11 3LW, UK
UKHW020246240426
12048UKWH00027B/1639

9 789358 191936